സാധകന്റെ വെളിപാടുകൾ

(പ്രബോധന ലേഖനം)

ഡോ. ജയപ്രകാശ് ശർമ്മ

VAYANAPPURA

VAYANAPPURA

Saadhakante Velipaadukal
(Motivational Essay)
by **Dr. Jayaprakash Sharma**

Vayanappura Publications, Ernakulam
First Published : September 2021
Typesetting & layout: Jincy Don
Cover Setting: C.V. Harindran
Published by: Vayanappura Publications
Anathanam Studios, Old Railway Station
Cross Road, Ernakulam
Pin - 682018
Mob: 9074188300
e-mail: vayanappuraeditorial@gmail.com

ISBN: 9789390999248

ഡോ. ജയപ്രകാശ് ശർമ്മ

എറണാകുളം ജില്ലയിൽ തൃപ്പൂണിത്തുറ കണ്ണൻ കുളങ്ങരയിൽ 1966 -ൽ ജനനം.

അച്ഛൻ : വെളിപ്പറമ്പുമഠത്തിൽ നാരായണയ്യർ മകൻ നടരാജയ്യർ.

അമ്മ : വൈക്കം കൃഷ്ണയ്യർ മകൾ ശിങ്കാരി അമ്മാൾ.

കാഞ്ചികാമകോടി പീഠം ശ്രീ. സീതാരാമ സരസ്വതി സ്വാമികളുടെ പേരക്കുട്ടി. തൃപ്പൂണിത്തുറ സനാതന മിഷൻ സ്കൂൾ, ഗവ. ആർ.എൽ.വി. സ്കൂൾ, ഗവ. ബോയ്സ് ഹയർ സെക്കന്ററിസ്കൂൾ, ഗവ. പരിക്ഷിത്ത് രാമവർമ്മ സംസ്കൃത കോളേജ്, ബാംഗ്ലൂർ SVYASA യൂണിവേഴ്സിറ്റി എന്നിവിടങ്ങളിൽ പഠനം. ആറു ഭാരതീയ ഭാഷകളിൽ രചന നടത്തുന്ന കർണ്ണാടക സംഗീതസാഹിത്യകാരൻ, കവി, ചെറുകഥാകൃത്ത്, നർത്തകൻ, സിനിമ - സീരിയൽ അഭിനയിതാവ്, നാടകനടൻ, യോഗാദ്ധ്യാപകൻ, സംസ്കൃതഭാഷാപ്രചാരകൻ എന്നീ വ്യത്യസ്ഥങ്ങളായ മേഖലകളിൽ പ്രവർത്തിക്കുന്നു. 400-ൽ പരം കർണ്ണാടക സംഗീതകൃതികൾ, 1750-ൽ പരം ഭക്തിഗാനങ്ങൾ, സൂര്യനുറങ്ങുന്നു (2017), വിഷുപ്പക്ഷി തേങ്ങുന്നു (2018) എന്നീ കവിതാസാമാഹരങ്ങൾ, ഭാരതീയ സംഗീതധാര (2019) വൈജ്ഞാനികം എന്നീ കൃതികൾ പ്രസിദ്ധീകരിച്ചിട്ടുണ്ട്. ഭാരതീയ വിദ്യാഭവൻ കൊച്ചികേന്ദ്ര, തൃപ്പൂണിത്തുറ ശ്രീവെങ്കിടേശ്വര ഹൈസ്കൂൾ, പഞ്ചവടി യോഗകലാക്ഷേത്രം

എന്നിവിടങ്ങളിൽ അദ്ധ്യാപകനായിരുന്നു.
തൃശൂർ പെരിങ്ങോട്ടുകര ദേവസ്ഥാനം കലാപീഠം പ്രിൻസിപ്പാൾ ആയി സേവനം അനുഷ്ഠിച്ചുവരുന്നു.

: താമ്രമുദ്രാ പുരസ്കാരം (1989)
: പൂർണ്ണത്രയീ പുരസ്കാരം (2006)
: അക്ഷര കലാഭാരതി പുരസ്കാരം (2007)
: സംഗീത കലാശ്രീവരി പുരസ്കാരം (2007)
: കാഞ്ചി കാമകോടി പീഠം ആസ്ഥാന വിദ്വാൻ പദവി (2011)
: മലേഷ്യയിലെ ജോഹർ സിലംബം അക്കാദമി അവാർഡ് (2012)
: സംസ്കൃത സാഹിത്യത്തിൽ കേന്ദ്ര സാംസ്കാരിക വകുപ്പിന്റെ സീനീയർ ഫെലോഷിപ്പ് (2013)
: ഭാരതീയ വിദ്യാഭവൻ ഗാന്ധിസ്മൃതിഗോൾഡ് മെഡൽ (2013)
: അക്ഷരശ്രീ പുരസ്കാരം (2014)
: സൂര്യനുറങ്ങുന്നു എന്ന കൃതിക്ക് "അത്മായനങ്ങളുടെ ഖസാക്ക് അവാർഡ്" (2017)
: സംസ്ഥാന 24 ഫ്രെയിംസ് ബെസ്റ്റ് ആക്ടർ പ്രത്യേക ജൂറി പുരസ്കാരം (2019)
: ആദിശങ്കര കലാവാചസ്പതി പുരസ്കാരം (2020)
: റോട്ടറി പൈതൃക പുരസ്കാരം (2020)
: ഇൻഡ്യാസ്റ്റാർ റിപ്പബ്ലിക് അവാർഡ് (2021) എന്നീ ദേശ വിദേശ അംഗീകാരങ്ങൾ ലഭിച്ചിട്ടുണ്ട്.

ഭാര്യ : അഡ്വ. സന്ധ്യവേണി
കേരളഹൈക്കോടതി അഭിഭാഷകയും ഭാരത സർക്കാർ നോട്ടറിയുമാണ്.

മകൻ : കശ്യപ് പ്രകാശ് ശർമ്മ, നിയമവിദ്യാർത്ഥി

വിലാസം : KERA 26,ജെ.പി. മഹൽ, വെളിപ്പറമ്പുമഠം
ബാലവിനായക ക്ഷേത്രം റോഡ്, കണ്ണൻകുളങ്ങര
തൃപ്പൂണിത്തുറ പി.ഒ., എറണാകുളം ജില്ല - 682301
ഫോൺ : +91 9847 957 073
Email : jpsharmanji@gmail.com
Fb/Insta/Twitter/Youtube : drjayaprakashsharma

മുഖവുര

"നൂറുവർഷം ഞാൻ ജീവിച്ചിരുന്നു എന്ന് പറയുന്നത് ശരിയല്ല, പകരം നൂറുവർഷം ഞാൻ മരിച്ചില്ല എന്ന് പറയുന്നതാണ് ശരി. ജീവിക്കുക എന്നാൽ മരിക്കാതിരിക്കുന്നതല്ല. പ്രതികൂലങ്ങളെ അനുകൂലങ്ങളാക്കാൻ തക്കവണ്ണം അവയുമായി പോരാടി അവയെ രൂപാന്തരപ്പെടുത്തുന്നതാണ് ജീവിതമെന്ന് പറയുന്നത്. ഈ വാക്കുകൾ കഴിഞ്ഞദിവസം 104-ാമത് വയസ്സിൽ കാലം ചെയ്ത ചിരിയുടെ മഹാഇടയൻ ബിഷപ്പ് മാർ ക്രിസ്റ്റോം തിരുമേനിയുടേതാണ്. അതേപോലെതന്നെ, "ആപത്തുകളിൽ എന്നെ രക്ഷിക്കണേ എന്നല്ല, അവയെ ഭയപ്പെടാതെ എനിക്കു നേരിടാനാകണേ എന്നതാണ് എന്റെ പ്രാർത്ഥന" എന്നു പറഞ്ഞ മഹാകവി രവീന്ദ്രനാഥ ടാഗോറിനേയും, "നാം ശരി ഏതാണെന്ന് മനസ്സിലാക്കുന്നത് പത്ത് അബദ്ധങ്ങളിൽ നിന്നാകണം, അല്ലാതെ നൂറ് ഉദാഹരണങ്ങളിൽ നിന്നാകരുത്" എന്നുപറഞ്ഞ ഫ്രെഡ് ഗോയലിനേയും, "നിങ്ങളുടെ വിശ്വാസങ്ങൾ നിങ്ങളുടെ ചിന്തകളും, ചിന്തകൾ വാക്കുകളും, വാക്കുകൾ പ്രവൃത്തികളും, പ്രവൃത്തികൾ മൂല്യങ്ങളുമാകുന്നു. നിങ്ങളുടെ മൂല്യങ്ങളാണ് നിങ്ങളുടെ വിധിയാവുന്നത്" എന്നുപറഞ്ഞ മഹാത്മാ ഗാന്ധിയേയും ഇത്തരുണത്തിൽ ഇവിടെ ഓർക്കുവാൻ എനിക്കിഷ്ടമാണ്. കാരണം മാർട്ടിൻ ലൂഥർകിങ്, നെൽസൺ മണ്ടേല, ഓങ്സാൻ സൂകി എന്നീ ആഗോള പൗരാവകാശ പ്രവർത്തകരെ ഗാന്ധിയൻ ദർശനങ്ങൾ സ്വാധീനിച്ചപോലെ ഒരു തരത്തിൽ അല്ലെങ്കിൽ മറ്റൊരു തരത്തിൽ കണ്ടുംകേട്ടും വായിച്ചും പലപ്പോഴായി ഞാനെഴുതി വച്ച "സാധകന്റെ വെളിപാടുകൾ" ആരെയെങ്കിലും സ്വാധീനിച്ചാലോ എന്ന വ്യാമോഹമൊന്നുമില്ലെന്ന് ഹൃദയം തൊട്ട് പറഞ്ഞുകൊള്ളട്ടെ. വർഷങ്ങൾക്കുശേഷം യാദൃശ്ചികമായി ബാല്യകാല സുഹൃത്തുകൂടിയായ ഇസ്ലാം മതപണ്ഡിതനായ സാധകനെ കണ്ടുമുട്ടുകയും ആ സുഹൃത്തുമായുള്ള ചർച്ചകൾ, ചാറ്റിങ്ങുകൾ, എന്നിവയിലൂടെയാണ് ഈ പുസ്തകത്തിൽ അടങ്ങിയിരിക്കുന്ന

മിക്കലേഖനങ്ങളും എഴുതിക്കൂട്ടിയിരിക്കുന്നതെന്ന് വായിക്കുമ്പോൾ നിങ്ങൾക്ക് മനസ്സിലാകും. കോവിഡ് 19 മഹാമാരിയിൽ ഏതൊരു കലാകാരനേയുംപോലെ ഞാനും എന്റെ കലയും ഒരു ഗതിയും പരഗതിയുമില്ലാതെ അടച്ചുപൂട്ടി വീടിനുള്ളിലിരുന്നപ്പോൾ, വളരെയധികം ആശ്വാസം തരുന്ന ഒന്നായിരുന്നു ഈ എഴുത്തുകുത്തുകൾ. ഞാൻ ജ്യേഷ്ഠസഹോദരനായി കണ്ട് വളരെയധികം ഇഷ്ടപ്പെടുന്ന കേരളസാഹിത്യവേദിയുടെ അമരക്കാരനും സാഹിത്യപ്രവർത്തകനുമായ ശ്രീ. ജി.കെ. പിള്ള തെക്കേടത്ത് സാറിനോട് ഇതൊന്നു വായിച്ച് തിരുത്തി ഒരു അവതാരിക എഴുതിത്തരണമെന്ന് അഭ്യർത്ഥിച്ചതിൻ പ്രകാരം ഏറെ തിരക്കുകൾക്കിടയിലും സന്തോഷത്തോടെയാണദ്ദേഹം ആ കർമ്മം നിർവ്വഹിച്ചിരിക്കുന്നത്. ആ നല്ല മനസ്സിന് എത്ര നന്ദി പറഞ്ഞാലും മതിയാകില്ല. നല്ലൊരു മുഖച്ചിത്രമൊരുക്കിയ സുഹൃത്ത് സി.വി. ഹരീന്ദ്രനും ഈ പുസ്തകം വായനക്കാരിലേക്ക് എത്തിക്കാൻ മനസ്സുവെച്ച വായനപ്പുരയുടെ സൗമ്യമുഖം ശ്രീ. പോൾസണും എന്റെ നന്ദി രേഖപ്പെടുത്തട്ടെ. മനസ്സിനും ശരീരത്തിനും എല്ലാവിധ ആരോഗ്യവും തരുന്ന സർവ്വേശ്വരനു പ്രണാമം.

നന്ദി

ഡോ. ജയപ്രകാശ് ശർമ്മ

24.05.2021

ജീവിതവിജയത്തിന് ഒരു പുസ്തകം
ജി.കെ.പിള്ള തെക്കേടത്ത്

ഡോ. പൂർണ്ണത്രയ ജയപ്രകാശ് ശർമ്മ സാധകന്റെ വെളിപാടുകൾ എന്ന ലേഖനങ്ങളുടെ ഒരു സമാഹാരം പ്രസിദ്ധീകരിക്കപ്പെടുകയാണ്. അദ്ദേഹത്തിന്റെ കഴിഞ്ഞകാല പുസ്തകങ്ങളായ 'സൂര്യനുറങ്ങുന്നു', 'വിഷുപ്പക്ഷി തേങ്ങുന്നു', 'ഭാരതീയ സംഗീതധാര' എന്നിവയ്ക്കുശേഷം പ്രസിദ്ധീകരിക്കുന്ന ഈ പുസ്തകം മുകളിൽ പറഞ്ഞവയിൽ നിന്ന് തീർത്തും വ്യത്യസ്തമായതാണ്.

അറബിഭാഷ പഠിക്കണമെന്ന ആഗ്രഹവുമായി ഒരു മുസ്ലീം ആരാധനാലയത്തിന്റെ മുന്നിലെത്തിയ താൻ തന്റെ ബാല്യകാല സുഹൃത്തിനെ വർഷങ്ങൾക്കുശേഷം അപചാരിതമായി കണ്ടുമുട്ടുകയും ആ സുഹൃത്തുമായി സ്ഥിരമായി പരസ്പരം ആശയങ്ങൾ കൈമാറുവാനും അവസരമുണ്ടാക്കുകയും ചെയ്തു. ആ സുഹൃത്ത് ഡോ. ജയപ്രകാശ് ശർമ്മയോട് പങ്കുവച്ച കുറച്ചുകാര്യങ്ങളുടെ വിവരണമാണീ പുസ്തകത്തിലെ ഉള്ളടക്കം.

ഒരു സുഹൃത്തുമായുള്ള പരസ്പര പങ്കുവെക്കലുകൾ ഒരു പുസ്തകമാക്കാനുതകുമോ എന്ന് പെട്ടെന്ന് നമുക്ക് തോന്നാം. തന്റെ സുഹൃത്ത് ഒരു ഇസ്ലാം പണ്ഡിതനും സാധകനുമായിരുന്നെന്ന് ലേഖനം വായിച്ചപ്പോൾ മനസ്സിലാക്കി.

ആശ്രമചതുഷ്ടങ്ങൾ വേണ്ടുംവിധം പൂർത്തിയാക്കുവാൻ കഴിയുന്നത് മനുഷ്യർക്കാണ്. നിത്യബോധ ചന്ദ്രികയിൽ പറയുന്നത് "ആത്മാവിനെ അറിഞ്ഞു ധ്യാനനിഷ്ഠമായിരിക്കുന്നതിനുള്ള ബുദ്ധിശക്തിയോടുകൂടിയ ഒരു വിശിഷ്ട ജന്മമാണ് മനുഷ്യജന്മം" എന്നാണ്.

അപ്പപ്പോൾ തോന്നുന്ന വികാരങ്ങളെ വിവേകിച്ചറിയുവാനും തോന്നിയമാതിരി പ്രവർത്തിക്കാതെ വിവേകശക്തിയുപയോഗിച്ച് തന്റെ പ്രവർത്തനം ക്രമപ്പെടുത്തുവാൻ വേണ്ടുന്ന കഴിവ് മനു

ഷ്യനുമാത്രമേയുള്ളൂ. ഇതരജീവികളെ അപേക്ഷിച്ച് മനുഷ്യനുള്ള ശ്രേഷ്ഠത ഇതത്രെ. ശരിയേത്, തെറ്റേത്, ചെയ്യേണ്ടതേത്, ചെയ്യരുതാത്തതേത് എന്നിങ്ങനെ വിവേകവിചാരം ചെയ്ത് തീരുമാനിക്കുന്ന അതിവിശിഷ്ടമായ ഒരു ഉപകരണമാണ് ബുദ്ധി എന്നാണ് പണ്ഡിതമതം. ആ ബുദ്ധിയെ ശരിയാംവണ്ണം ഉപയോഗപ്പെടുത്തുന്നതാണ് മാനവസംസ്ക്കാരത്തിന്റെ മഹിമ.

ബോധപൂർവ്വമായ അഭ്യാസത്താൽ അന്ത്യപുരുഷാർത്ഥമായ മോക്ഷം നേടിയെടുക്കുവാനുള്ള കഴിവ് മനുഷ്യനുമാത്രമേയുള്ളൂ.

ഗുണങ്ങൾ പ്രകൃതിയുടെ ലക്ഷണമാണ്. ബ്രഹ്മത്തിൽ നിന്നാണ് പ്രകൃതിയുടെ ഉത്ഭവം. അപ്പോൾ ഗുണങ്ങളെല്ലാം ബ്രഹ്മത്തിന്റേതാകുന്നു. സകലബ്രഹ്മം, നിർഗ്ഗുണബ്രഹ്മത്തിന്റെ ഭാവം മാത്രമാണ്. ഗുണങ്ങൾക്കും പ്രകൃതിക്കും ബ്രഹ്മത്തിനും നാശമുണ്ട്.

ഗുണമുള്ള എല്ലാ വസ്തുക്കളും പരിവർത്തനത്താൽ മാറ്റത്തിന് വിധേയമായതാണ്. പഞ്ചസാരയുടെ ഗുണം മധുരമാണ്. മധുരമില്ലാതായീത്തീരുമ്പോൾ അത് പഞ്ചസാരയല്ലാതായിത്തീരും. അനുഭവങ്ങളുടെ നിരന്തരമായ പ്രവാഹമാണല്ലോ ജീവിതം. ഓരോ അനുഭവത്തിന്റെയും രീതിക്കനുസരിച്ചായിരിക്കും വ്യക്തിയുടെ ജീവിതം. അനുഭവങ്ങൾ സുഖാവഹങ്ങളാണെങ്കിൽ അയാളുടെ ജീവിതം സുഖപൂർണ്ണമായിരിക്കും. ദുഃഖപ്രദങ്ങളാണനുഭവമെങ്കിൽ ജീവിതം ദുഃഖപൂർണ്ണമായിരിക്കും. ശരീരം, മനസ്സ്, ബുദ്ധി, ചൈതന്യം ഈ നാലും ചേർന്നതാണ് ഒരു വ്യക്തി. ജീവിതത്തിലെ ഓരോ അനുഭവത്തിലും ബാഹ്യലോകവുമായി അയാൾ ബന്ധപ്പെടുന്നത് ഈ നാല് ഘടകങ്ങളിൽ കൂടിയാണ്. ഇവയിൽ മനബുദ്ധിയാണ് വിഷയങ്ങളുമായി ബന്ധം പുലർത്തുന്നതും സുഖമോ ദുഃഖമോ അനുഭവിക്കുന്നതും.

മനുഷ്യവ്യക്തിത്വത്തിന്റെ സുപ്രധാന ഘടകമായ അന്തഃകരണം അവഗണിക്കപ്പെട്ട നിലയിൽ ജീർണ്ണിച്ചുകിടക്കുകയാണ്. ഇതിന് മനുഷ്യനെ കുറ്റപ്പെടുത്തിയിട്ട് കാര്യമില്ല. ആന്തരവ്യക്തിത്വത്തിന്റെ ശോച്യാവസ്ഥ അയാളറിയുന്നില്ല.

ഡോ. ജയപ്രകാശ് ശർമ്മയും സാധകനും പരസ്പരം പറഞ്ഞുവച്ചകാര്യങ്ങൾ മാനവരുടെ സുഗമമായ ജീവിതലക്ഷ്യത്തിലേക്ക് നയിക്കുന്നതാണെന്നതിന് സംശയമില്ല. ജീവിതം, വ്യക്തിത്വം, പരസഹായം, സ്നേഹം ഇത്യാദി വിഷയങ്ങളിലൂടെ കടന്നുപോകുന്ന ഈ ലേഖനം ഖുറാനിലേയും ഭഗവത്ഗീതയിലേയും

ചാണക്യസൂക്തത്തിലേയും ചില ഭാഗങ്ങളുടെ വ്യാഖ്യാനമായും തോന്നി.

മാനവരാശിയുടെതന്നെ ഉന്നമനത്തിന് ലക്ഷ്യം വച്ചുള്ള ഈ ഗ്രന്ഥം, ഉള്ളിൽ അപ്പോളപ്പോൾ പൊങ്ങുന്ന വികാരങ്ങളെ വിവേചിച്ചറിയുവാനും, തോന്നിയമാതിരി പ്രവർത്തിക്കാതെ വിവേകശക്തിയുപയോഗിച്ച് ഒരുവന്റെ മനസ്സും ശരീരവും പ്രവർത്തനവും ക്രമപ്പെടുത്തുവാൻ ഉത്തേജകം നല്കുമെന്നതിൽ സംശയമില്ല. മൂല്യാധിഷ്ഠിതമായ ഇത്തരം പുസ്തകങ്ങൾ തിരസ്ക്കരിക്കപ്പെട്ടുകൊണ്ടിരിക്കുന്ന, ആധുനികതയുടെ പരിവേഷം ചാർത്തിയ ഈ കാലഘട്ടത്തിൽ തനിക്ക് ലഭിച്ച അറിവ് മറ്റൊരാൾക്കുകൂടി പകർന്ന് നൽകാൻ കാണിച്ച പ്രേരകശക്തിക്ക് പ്രണാമം. "ഡോ. ജയപ്രകാശ് ശർമ്മക്കും സാധകന്റെ വെളിപാടുകൾക്കും" എല്ലാവിധ ആശംസകളും നേരുന്നു. "സാധകന്റെ വെളിപാടുകൾ" വായനാസമൂഹം സ്വീകരിക്കുകതന്നെ ചെയ്യുമെന്ന് പ്രത്യാശിക്കുന്നു.

നെട്ടൂർ
01/05/2021

പ്രസിഡന്റ്
കേരളസാഹിത്യവേദി

ഞങ്ങളെ വിട്ടുപോയിട്ടും ഞങ്ങളുടെ ഉള്ളിൽ
മാർഗ്ഗദർശിയായി ജീവിക്കുന്ന
അമ്മായിയച്ഛനും അമ്മായിയമ്മയ്ക്കും
ഈ പുസ്തകം സമർപ്പിക്കുന്നു.
ഓം ശാന്തി!

പ്രസാധകക്കുറിപ്പ്

ഭാരതീയ ആത്മീയചിന്തകൾ അതിപുരാതനവും എന്നാൽ അത്യാധുനികവുമായ ഒന്നാണ്. ഈ ആധുനികകാലത്തും അത്യന്തം പ്രസക്തിയോടെ അവ നിലനിൽക്കുന്നുവെന്ന് മാത്രമല്ല, എക്കാലത്തും അങ്ങനെയായിരിക്കുകയും ചെയ്യും. കാരണം, ആത്മീയതയുടെ പരമാവധിയായ ശാസ്ത്രമാണ് അവ മുന്നോട്ടു വച്ചിട്ടുള്ളത്. അതിനെ അതിലംഘിക്കുക അസാധ്യം. ഇവിടെ, രണ്ടു മഹത്വ്യക്തിത്വങ്ങളുടെ ആശയവിനിമയം, "സാധകന്റെ വെളിപാടുകൾ" എന്ന മൂല്യവത്തായ ഒരു കൃതിയായി രൂപമെടുക്കുകയാണ്. വികാരവിചാരങ്ങളെ ശരിയായമാർഗ്ഗത്തിൽ തെളിച്ചുകൊണ്ടുപോകാൻ ഈയൊരു പ്രബോധനഗ്രന്ഥത്തിനാകുമെന്നുള്ളതിന് യാതൊരു സംശയവുമില്ല. മുൻപോട്ടുള്ള യാത്രയിൽ ഈ കൈത്തിരി ഓരോ വായനക്കാരനും മാർഗ്ഗദർശിയാവട്ടെയെന്ന ആശംസകളോടെ വായനപ്പുര പബ്ലിക്കേഷൻസ് നിറഞ്ഞ അഭിമാനത്തോടെ ഈ അക്ഷരമുത്തുകൾ പുസ്തകരൂപേണ സഹൃദയസമക്ഷം സമർപ്പിക്കുന്നു.

സ്നേഹപൂർവ്വം,
പോൾസൺ തേങ്ങാപ്പുരക്കൽ

വളരെ പണ്ടുതന്നെ നാം ഭാരതീയർ വിഷയത്തിൻമേലുള്ള സത്യത്തെ ഗ്രഹിച്ചിരിക്കുന്നവരാണ് എന്നാണ് പറഞ്ഞുകേട്ടിട്ടുള്ളത്. ഇതിനുദാഹരണമാണ് താഴെപ്പറയുന്ന വരികളെന്ന് ഞാൻ പറയുമ്പോൾ സംശയിച്ചേക്കാം. സംഗതി ശരിയാണ്, എന്റെ അമ്മ പറഞ്ഞുതന്നിട്ടുള്ള കഥയാണ്. പാടലീപുത്രദേശം എന്ന് കേട്ടുകാണുമല്ലോ ഇല്ലേ? അതായത് ഇന്നത്തെ പാട്ന. അന്ന് അതൊരു സ്വതന്ത്ര നാട്ടുരാജ്യമായിരുന്നു. അവിടം ഭരിച്ചിരുന്ന വരശൂരസിംഹൻ, വളരെ ദയാലുവും അറിവുള്ളവനും എന്നാൽ വളരെ വലിയ യുദ്ധക്കൊതിയനുമായിരുന്നുവത്രെ. ഒരിക്കൽ രാജാവ് തന്റെ ഉപദേശകന്മാരെ വിളിച്ച്, പുതിയ തലമുറയ്ക്കു പകർന്നുകൊടുക്കാനായി കാലം മനുഷ്യനുനൽകിയ വിജ്ഞാനം സമാഹരിച്ചുകൊണ്ടുവരാൻ ആവശ്യപ്പെട്ടു. ആജ്ഞകേട്ട ഉപദേശകന്മാർ രാജ്യത്തിന്റെ നാലുപാടും യാത്രയായി.

ഏറെ നാളുകളുടെ പരിശ്രമത്തിന്റെ ഫലമായി അവർ ശേഖരിച്ച വിജ്ഞാനം പല പുസ്തകങ്ങളിലായി രാജാവിനു സമർപ്പിച്ചു. ഇത്രയും പുസ്തകങ്ങൾ വായിക്കാൻ ആരും താല്പര്യപ്പെടില്ലെന്നും ഈ സമാഹാരം സംക്ഷിപ്ത രൂപത്തിലാവണമെന്നും രാജാവ് ആവശ്യപ്പെട്ടു. ഇപ്രകാരം അവർ കാലങ്ങളുടെ വിജ്ഞാനസമ്പത്ത് ഒരു പുസ്തകത്തിൽ ഉൾക്കൊള്ളിച്ചുകൊണ്ട് രാജാവിനു സമർപ്പിച്ചു. ഇതുകൊണ്ടും തൃപ്തനാകാതെ രാജാവിനുവേണ്ടി അവർ ഇതൊരു അദ്ധ്യായമായി കുറിച്ചു. ഒരു പേജുപോലും ദീർഘമേറിയതാണെന്നു പറഞ്ഞ രാജാവിന് ഉപദേശകന്മാർ തലപുകഞ്ഞ് ആലോചിച്ച് അവസാനം ഒരു വാചകം എഴുതിക്കൊടുത്തു.

"ആർക്കും സൗജന്യമായി ഒന്നും ലഭിക്കുന്നില്ല"

ഇതായിരുന്നു രാജാവിനെ തൃപ്തിപ്പെടുത്തിയ വാചകം. ഇതാണ് അദ്ദേഹം തലമുറകൾക്ക് പകർന്നുകൊടുക്കാൻ തിരഞ്ഞെടുത്ത വിജ്ഞാനശകലം!

പരിശ്രമത്തിനനുസരിച്ചാണ് ഫലപ്രാപ്തി ഉണ്ടാകുന്നത്. അതുമനസ്സിലാക്കാതെ പലരും കുറുക്കുവഴികൾ തേടിപ്പോകുന്നു. മനസ്സിലായില്ലേ?

അതവിടെ നിൽക്കട്ടെ. നമുക്കുകാര്യത്തിലേക്കു കടക്കാം.

അസ്സലാമു അലൈകും വ റഹ്മത്തുള്ള

അല്ലാഹു അക്ബർ .... ലാ ഇലാഹ ഇല്ലള്ളാഹ്! സകല ബലാ മുസീബത്തിൽ നിന്നും റബ്ബ് നമ്മളെ കാത്തിടട്ടെ ആമീൻ!

മൊല്ലാക്ക ദുവാ ചൊല്ലി നിസ്കാരം കഴിഞ്ഞ് പള്ളീന്ന് ഇറങ്ങീതും, ഞാൻ മുന്നിൽ നിക്കണത് കണ്ട് ഒന്ന് പരുങ്ങി. സാമിക്കുട്ടീ..... എന്താണപ്പാ ഞമ്മടെ പള്ളീടുമ്മറത്ത് വന്ന് നിക്കണത്. പരിഭ്രമത്തോടെ തന്നെ മൊല്ലാക്ക ചോദിച്ചു - എന്നേക്കാളും നന്നായി എന്റെ അപ്പയേ അറിയാം ഇങ്ങേർക്ക്.

"എനിക്കറബി പഠിക്കണം എന്നൊരു മോഹം"! ഞാൻ പതിയെപ്പറഞ്ഞു.

"അള്ളാ! ഇദപ്പ എന്താണപ്പാ ഇങ്ങനെ തോന്നാനായിക്കൊണ്ട്... വല്ല ജിന്നും കൂടിയാ?" മൊല്ലാക്ക അത്ഭുതപ്പെട്ടു.

"എനിക്കറിയണം.... നിങ്ങടെ ഭാഷ പഠിക്കണമെന്നുണ്ട്. കൊറച്ചുനാളത്തെ ആഗ്രഹാണേയ്! തെറ്റല്ലല്ലോ?"

ഞാൻ മനസ്സിലുള്ളത് തുറന്നുപറഞ്ഞു.

"സാമിക്കുട്ടിക്കത് പറ്റുവാ... ചുമ്മാ ആ ഭാഷ വഴങ്ങൂല്ല... അദ് പഠിക്കുമ്പ ഖുറാനും പഠിക്കേണ്ടി വരും. അങ്ങനെ പറയാനേ ഞമ്മക്കും അറൂയൂ... യേത്! പിന്നെ ഇവിടപ്പറ്റൂല്ല...." മൊല്ലാക്ക ചുറ്റിനും നോക്കിക്കൊണ്ട് തുടർന്നു.

"മറ്റ് മതക്കാര് എന്തിന്, നമ്മടെ കൂട്ടത്തിൽത്തന്നെയുള്ള ചില വിഭാഗക്കാർക്ക് മറ്റുള്ളവരുടെ പള്ളീല് കേറാൻ പറ്റൂല്ല... അതിനനുവാദമില്ല! പിന്നെയാണ് സാമിക്കുട്ടിക്ക്!"

മൊല്ലാക്ക തന്റെ നയം വ്യക്തമാക്കി.

അപ്പോ ഞാനെന്തുചെയ്യും? എന്റെ ആഗ്രഹം പൊട്ടിപ്പാളീസായതായി എനിക്കുതോന്നി. ഞാൻ വിട്ടില്ല, അന്ന് കൂടെക്കൂടിയതാണ്. ഒരുപാട് കാര്യങ്ങൾ പറഞ്ഞുതന്നു.

എനിക്കറിയാവുന്നത് എന്നോടും ചോദിച്ചു. ഞാനും പറഞ്ഞു. പിന്നെ ഞാനതൊക്കെ എഴുതിവയ്ക്കാൻ തുടങ്ങി. അതാണ് പറഞ്ഞുതന്ന സാധകനായ സുഹൃത്തിനിരിക്കട്ടെ ക്രെഡിറ്റ് എന്നു

വിചാരിച്ചതും, പുസ്തകത്തിന്റെ പേര് "സാധകന്റെ വെളിപാടുകൾ"..... എന്നാക്കിയതും.

"താങ്കളെ സഖാഫി എന്ന് വിളിച്ചതുകേട്ടല്ലോ. എന്താണ് സഖാഫിയെന്ന് പറഞ്ഞാല്?"

"അത്...... അള്ളാനെക്കുറിച്ച് പഠിപ്പിക്കുന്ന പലപല സ്ഥാപനങ്ങളിലൊന്നിന്റെ പേരാണ്. ചുരുക്കിപ്പറഞ്ഞാൽ ഞാൻ ഇസ്ലാമിക പഠനം നടത്തിയ ഇൻസ്റ്റിറ്റ്യൂട്ടിന്റെ പേരാണത്. കലാമണ്ഡലം എന്ന് നർത്തകരെ വിളിക്കുന്നില്ലെ അതുപോലെയാണത്. മനസ്സിലായോ തനിക്ക്?"

എന്റെ ചോദ്യങ്ങളും ആകാംക്ഷയും അസ്ഥാനത്തല്ലെന്ന് ബോധ്യപ്പെട്ടതിനാലാണ് മൊല്ലാക്ക ഇത്രയും പറഞ്ഞുതന്നത്.

ഇരുമ്പിനേക്കാളും വേഗത്തിൽ തുരുമ്പ് പിടിക്കുന്ന ഒന്നാണിപ്പോൾ മാനുഷിക ബന്ധങ്ങൾ എന്നുപറയുന്നത്. ഒരു ചെറിയ ഇടവേളക്കുള്ളിൽത്തന്നെ സൗഹൃദങ്ങളും തുരുമ്പിക്കാൻ തുടങ്ങിയിരിക്കുന്നു.

കഴിഞ്ഞവർഷം നല്ല ചങ്ങാതിമാരായിരുന്നവർ ഇന്ന് കൂടെയുണ്ടോ? അല്ല നമ്മൾ അവർക്കൊപ്പമുണ്ടോ? ഉണ്ടാകില്ല ചിലപ്പോൾ. ഉണ്ടാവാനും വഴിയുണ്ട്! തെറ്റിദ്ധരിക്കുന്ന സൗഹൃദങ്ങൾ! രക്തബന്ധങ്ങൾ! അതുപോലെ തന്നെയാണ് തെറ്റിദ്ധരിക്കപ്പെടുന്ന സൗഹൃദങ്ങളും ബന്ധങ്ങളും. തിരുത്തുവാനും തിരുത്തപ്പെടുവാനും തയ്യാറായാൽ നാംമൂലം പൊയ്പ്പോയ ബന്ധങ്ങൾ കൂട്ടിയിണക്കാൻ സാധിക്കും. തുരുമ്പുപിടിക്കാത്ത സൗഹൃദങ്ങൾ ഇനിയുണ്ടാവട്ടെ എന്ന് നമുക്കാശിക്കാനേ തരമുള്ളൂ.

മഴ തോരുംവരെ ഉള്ളൂ കുടയുടെ ആവശ്യം. അത് കഴിഞ്ഞാൽ പിന്നെ നനഞ്ഞകുടയും ഒരു ബാധ്യതയാണ്. പലർക്കും ചില മനുഷ്യരുടെ ജീവിതങ്ങളും ഇതുപോലെയാണ്.

മനസ്സുകൾ കീഴടക്കുന്ന സൗഹൃദം സുഗന്ധമുള്ള പുഷ്പങ്ങൾ പോലെയാണ് എന്നുപറയും. കൊഴിഞ്ഞു വീണാലും ഓർമ്മകളുടെ സൗരഭ്യം ഹൃദയത്തിൽ എന്നും നിറഞ്ഞുനിൽക്കും. ആഗ്രഹങ്ങളോ തീരുമാനങ്ങളോ അല്ല സന്ദർഭങ്ങളാണ് വിധി തീരുമാനിക്കുന്നത്. പേരെടുക്കാൻ ചെയ്യുന്ന പ്രവൃത്തികളേക്കാൾ ഉദ്ദേശശുദ്ധിയോടെ ചെയ്യുന്ന പ്രവർത്തികൾക്കാണ് പേരും പെരുമയും സമ്മാനിക്കുന്നതെന്നുപറഞ്ഞാൽ ഇക്കാലത്ത് തെറ്റാകുമോ?

നമുക്കുള്ളത് ഒന്നും നമ്മളെ വിട്ടുപോകില്ല. നമ്മളെ വിട്ടുപോകുന്ന ഒന്നും നമുക്കുള്ളതുമല്ല. വൈകിവരുന്ന തിരിച്ചറിവു

കൾക്ക് കൂട്ടായി സമയം ഒരിക്കലും കാത്തുനിൽക്കില്ല. കടലിനെ കുപ്പിയിലാക്കാൻ ശ്രമിക്കും പോലെയാണ് ചിലരെ പറഞ്ഞുമന സ്സിലാക്കാൻ ശ്രമിക്കുന്നത്. വിശ്വാസവും ശ്വാസവും ഒരേപോലെ യാണ്. ഒരിക്കൽ നിലച്ചാൽ പിന്നെ തിരിച്ചുവരവില്ല എന്നുപറ ഞ്ഞാൽ അതിനു ജീവനുണ്ടാവില്ല എന്നുതന്നെ. ഏതോ ഒരു സിനി മയിൽ പറഞ്ഞപോലെ, “പിന്നെല്ലാം യാന്ത്രികമാകും”.

എന്തുതന്നെ ആയാലും നഷ്ടപ്പെടും എന്നറിയുമ്പോഴാ ണ്, അതിന്റെ വിലയെപ്പറ്റി അറിയുന്നത്. ചിലപ്പോൾ സ്നേഹമാകും, മറ്റ് ചിലപ്പോൾ നമ്മളെത്തന്നെയാകും. എല്ലാവരേയും സ്നേഹി ക്കാം. അത് ഒന്നും നേടാൻവേണ്ടി ആകരുത്.

ചിലർ വന്നുപോകുന്ന സമയം കുറവാണെങ്കിലും തന്നു പോകുന്ന ഓർമ്മകൾ വലുതായിരിക്കും. ശരിയല്ലേ? ഒരേ കാഴ്ച കളും, ഒരേ അനുഭവങ്ങളുമാണ് ജീവിതത്തിന്റെ സാദ്ധ്യതകളെയും, സാഹസികതയെയും ഇല്ലാതാക്കുന്നത്. ഒന്നിലും ഒരുപുതുമയും പരീക്ഷിക്കാത്തവർ, തങ്ങൾക്കും മറ്റുള്ളവർക്കും ഒരു ബാധ്യതയാ യിരിക്കും സമ്മാനിക്കുക. തങ്ങൾ ചെയ്യുന്നതും, ശീലിച്ചതും മാത്ര മാണ് ശരിയെന്നും, മറ്റെല്ലാം അപകടങ്ങളിലേക്കുള്ള വഴികളാ ണെന്നും വിശ്വസിക്കുന്നവരുടെ നിർബന്ധങ്ങൾ ആണ് തലമുറക ളെപ്പോലും ബലഹീനരും, കഴിവില്ലാത്തവരും ആക്കുന്നത്. ശരി കൾ പലതുണ്ടാകും. പക്ഷെ അവയെ പരീക്ഷിച്ച് അറിയണം എന്നു മാത്രം. കീഴ്‌വഴക്കങ്ങൾ അടിമത്തത്തിലേക്കുള്ള വാതായനം ആക രുത്. മറ്റുള്ളവർ പറയുന്നതുമാത്രം കേട്ട് ജീവിക്കുന്നവർക്ക് ഒരു സാഹസികതയും അനുഭവിക്കാനാവില്ല.

വളർച്ചക്ക് അനുസരിച്ചുള്ള വിവേകം ഇല്ലെങ്കിൽ ആരുടെ യെങ്കിലും ഒക്കെ ആജ്ഞാനുവർത്തികൾ മാത്രമായി ജീവിതം അവ സാനിപ്പിക്കേണ്ടിവരും. എടുത്തെറിയപ്പെടുന്നതെല്ലാം ദുരന്തത്തി ലേക്കാവില്ല എന്നാശിക്കണം. കുറച്ചുദൂരം സഞ്ചരിക്കാനുള്ള ക്ഷമ യും, ധൈര്യവും കാണിച്ചാൽ ആരും ചെന്നെത്താത്ത അത്ഭുത ദ്വീപിൽ എത്താൻ കഴിയും.

സദ്ചിന്തകൾ നിറഞ്ഞ മനോഭാവമാണ് പ്രധാനം. ജീവിതം സുഗമമായി മുന്നോട്ട് കൊണ്ടുപോകാനാകാതെ വരുമ്പോൾ കഷ്ട കാലത്തെ പഴിപറഞ്ഞു നല്ലകാലം നോക്കിയിരിക്കുന്നവരാണ് നമ്മൾ ബഹുഭൂരിപക്ഷവും.

പ്രശ്നത്തെക്കുറിച്ചു നിഷേധാത്മക ചിന്തകളാണ് നിങ്ങൾ ക്കുള്ളതെങ്കിൽ പരാജയമായിരിക്കും സംഭവിക്കുക. ശുഭാപ്തിവി

ശ്വാസവും, ക്രിയാത്മകചിന്തകളുമാണ് ഉള്ളതെങ്കിൽ പ്രശ്നങ്ങളെ ആത്മവിശ്വാസത്തോടെ അഭിമുഖീകരിക്കാനും അതിജീവിക്കാനും സാധിക്കും.

സങ്കീർണത നിറഞ്ഞ ഏതു പ്രശ്നത്തിന്റെയും യഥാർത്ഥ സ്ഥിതിയേക്കാൾ പ്രാധാന്യമർഹിക്കുന്നത് നിങ്ങൾ അതിനോട് വെച്ച് പുലർത്തുന്ന മനോഭാവമാണ്. മനുഷ്യർ തമ്മിൽ അടുക്കണമെങ്കിൽ ഒന്നുകിൽ വെള്ളം കയറണം. അല്ലെങ്കിൽ വെള്ളമടിക്കണം. രണ്ടായാലും വെള്ളമിറങ്ങിയാൽ വീണ്ടും പഴയതുപോലെ അടിതുടങ്ങും. അത് നമ്മുടെ ഒരു സവിശേഷതയാണ് അതിലാണ് ഇത്തിരി മാറ്റം കാണേണ്ടത് എന്നുതോന്നുന്നു.

വിശ്വാസം തന്നെയാണ് ബന്ധങ്ങളുടെ ആത്മാവ്. അത് നഷ്ടപ്പെടുത്തിയാൽ പിന്നെ എത്ര അടുപ്പം കാണിച്ചാലും നമ്മുടെയിടയിൽ എപ്പോഴും ഒരു അകലം ബാക്കിയുണ്ടാകും.

വിജയിക്കാനുള്ള തെറ്റായ വഴികളല്ല സത്യസന്ധതയുടെ മൂല്യങ്ങളെയാണ് നാം മുറുകെ പിടിക്കേണ്ടത്. അതുകൊണ്ട് മൂല്യങ്ങളെ ഉയർത്തിപ്പിടിക്കുന്നവരുടെ തോൽവിക്കും മാധുര്യമേറും.

ഒരാളെപ്പറ്റി അയാൾ നല്ല വ്യക്തിയാണെന്ന് വിലയിരുത്തുന്നത് അയാൾ എങ്ങനെയാണ് നമ്മളോട് പെരുമാറുന്നതിന്റെ അടിസ്ഥാനത്തിലാണ്. ഒരേ ആളെപ്പറ്റിത്തന്നെ അദ്ദേഹം വളരെനല്ല വ്യക്തിയാണെന്ന് ചിലർ വിലയിരുത്തുമ്പോൾ അയാളെപ്പറ്റിത്തന്നെ മറ്റു ചിലർ വളരെ മോശക്കാരനാണെന്നും വിലയിരുത്തുന്നുവെന്ന് കാണാം. അതാണ് ലോകം. എന്നും പറഞ്ഞ് ലോകത്തെ തെറ്റു പറഞ്ഞിട്ട് കാര്യമില്ല.

സ്വതവേ അന്ധൻ ഒന്നും കാണുന്നില്ല. കാമംകൊണ്ട് അന്ധനായവനും കാണുന്നില്ല. ഇവിടെ കാമം എന്ന പദം കൊണ്ട് അർത്ഥമാക്കിയത് ആഗ്രഹത്തെയാണ്. അഹങ്കാരത്താൽ ഉന്മത്തനായവനും കാണുന്നില്ല. ഒരു വസ്തുവിനെ ആഗ്രഹിക്കുന്നവനും അതിന്റെ ദോഷം കാണുന്നില്ല. നല്ലതുമാത്രമേ ആദ്യം കണ്ണിൽ കാണൂ. പണ്ടാരോ പറഞ്ഞപോലെ, "അരിഞ്ഞു പുഴുങ്ങിയാലും ഉരിഞ്ഞു പുഴുങ്ങിയാലും കുഴയേണ്ടത് കുഴഞ്ഞിരിക്കും!" എന്ന്.

ക്ഷമയും, സഹനവും അത്യാവശ്യം വേണ്ടാതായ കാലമാണിപ്പോൾ. പ്രത്യേകിച്ച് ലോകമൊന്നടങ്കം കൊറോണയെന്ന മഹാമാരിയുടെ പിടിയിലകപ്പെട്ട് കുതറുന്ന കാലം. അതുകൊണ്ട് നാം മുകളിൽ പറഞ്ഞ ചില വാക്കുകൾ ശ്രദ്ധിക്കുന്നതും പ്രാവർത്തികമാക്കുന്നതും നല്ലതിനുതന്നെ. ഏതൊരു പ്രവർത്തിയുടെയും

പിന്നിൽ ക്ഷമയെന്ന വികാരത്തിന്റെ ബാക്കിപത്രം കാണാനാവും. ക്ഷമ ഒരു കീഴടങ്ങലിന്റെ പേരല്ല, ആർജ്ജവത്തിന്റെയും വിജയത്തിന്റെയും പിന്നിലെ ശക്തിയായിട്ടാണ് ചരിത്രത്താളുകളിൽ നമുക്ക് കാണാനാവുക. രണ്ട് കൈയ്യും കൂടി കൂട്ടിയടിച്ചാലല്ലേ ശബ്ദം കേൾക്കൂ എന്ന് പറയുംപോലെ, വീടിനു പുറത്തായാലും കുടുംബത്തായാലും ജീവിതത്തിൽ അൽപ്പം ക്ഷമിക്കാനായാൽ മാത്രമേ വിജയപതാക നമുക്ക് പാറിക്കാനാവൂ എന്ന് ചുരുക്കം.

കുട്ടികളെപ്പോലെയാകാൻ നമ്മുക്ക് ശ്രമിക്കാം. എന്നാലൊരിക്കലും അവരെ നമ്മളെപോലെയാക്കാൻ ആഗ്രഹിക്കരുത്. എന്തെന്നാൽ ജീവിതം ഒരിക്കലും പുറകിലേക്ക് പറക്കുന്നില്ല.

നിങ്ങൾ നിങ്ങളുടെ കുട്ടികൾ നിങ്ങളുടേതല്ല എന്നുതന്നെ വിചാരിക്കണം. നിങ്ങൾ വില്ലാണെങ്കിൽ ലക്ഷ്യസ്ഥാനത്തേക്കു കുതിക്കുന്ന അമ്പുകളാണ് നിങ്ങളുടെ കുട്ടികൾ. വില്ലിനുറപ്പുണ്ടെങ്കിലേ അമ്പുകൾ ലക്ഷ്യം കാണുകയുള്ളൂ. അവർക്കവരുടേതായ ലക്ഷ്യങ്ങൾ ഉണ്ടാകും. ഉണ്ടാകണം!

ആരുമായിക്കൊള്ളട്ടെ, ചിലപ്പോൾ ഭാര്യയാകാം, ഉത്തമ സുഹൃത്താകാം മാതാപിതാക്കളാകാം. തുടർച്ചയായി രണ്ടുതവണയിൽ കൂടുതൽ ഒരിക്കലും ഒരു ഫോണിലേക്കു വിളിക്കരുത് എന്നോർക്കുക. അവർ നമ്മുടെ കാൾ അറ്റൻഡ് ചെയ്യുന്നില്ലെങ്കിൽ, മനസ്സിലാക്കുക, പ്രധാനപ്പെട്ട മറ്റേതോ തിരക്കിൽ അയാൾ പെട്ടിരിക്കുന്നു എന്നും മിസ്ഡ്കോൾ കണ്ടാൽ അവർ വിളിക്കുമെന്നും അഥവാ വിളിച്ചില്ലെങ്കിൽ വിട്ടേക്കണം. പിന്നെ ഒന്നോർക്കുക, നാം കാണുന്നപോലെ നമ്മെ അവർ കാണുന്നില്ലന്നറിയുക അത് വലിയൊരു അറിവായിരിക്കും.

കടംവാങ്ങിയ പണം, അതവർ ഓർമ്മിപ്പിക്കുംമുന്നേ തിരിച്ചുകൊടുക്കാൻ ശ്രമിക്കുക. അതവർക്ക് നമ്മോടുള്ള ഇഷ്ടവും വിശ്വാസവും വർദ്ധിപ്പിക്കും. പണമെന്നല്ല, എന്തുമായിക്കോട്ടെ പേന, കുട, ബുക്ക് എന്തും.

ഹോട്ടലിൽ നമുക്കൊരു സൽക്കാരം ആരെങ്കിലും ഓഫർ ചെയ്താൽ, ഒരിക്കലും മെനുകാർഡിലെ വിലയേറിയ ഡിഷുകൾ ഓർഡർ ചെയ്യാതിരിക്കുക. എന്നിട്ടോ കിട്ടിയത് വലിച്ചുവാരി കഴിക്കാതിരിക്കാനും ശ്രദ്ധിക്കണം.

ഒരിക്കലും മറ്റൊരാളോട് ഇതുവരെ കല്യാണം കഴിച്ചില്ലേ? ഇതുവരെ കുട്ടികളായില്ലേ? എന്താ ഒരു വീട് വാങ്ങാത്തത്? എന്താ ഒരു കാർ വാങ്ങാത്തത്? എന്നതുപോലുള്ള തീർത്തും അനാവശ്യ

മായ ചോദ്യങ്ങൾ ചോദിക്കാതിരിക്കുക.

എപ്പോഴും, നമുക്ക് തൊട്ടുപിന്നാലെ കടന്നുവരുന്ന ആൾക്ക് വേണ്ടി, അത് ആണാണെങ്കിലും പെണ്ണാണെങ്കിലും ആയിക്കോട്ടെ ജൂനിയർ സീനിയർ ആയിക്കോട്ടെ, നമ്മൾ തുറന്ന വാതിലുകൾ അൽപനേരം കൂടി തുറന്നുപിടിക്കുക.

ഒരു സുഹൃത്തിനൊപ്പം ഒരു ടാക്സി ഷെയർ ചെയ്തു വെന്നിരിക്കട്ടെ, യാത്രാകൂലി ഇത്തവണ അദ്ദേഹം കൊടുത്താൽ, തീർച്ചയായും അടുത്ത തവണ നിങ്ങൾതന്നെ അത് കൊടുക്കണം.

പലർക്കും പലവിധ അഭിപ്രായങ്ങൾ ഉണ്ടാവാം. അത് മനസ്സിലാക്കുക. ഓർക്കുക നിങ്ങളുടെ വലതുവശം, നിങ്ങൾക്ക് അഭിമുഖമിരിക്കുന്നയാൾക്ക് ഇടതുവശമായിരിക്കും. ചിലകാര്യങ്ങളിൽ രണ്ടാമതൊരു തീരുമാനം എടുക്കാൻ മറക്കരുത്.

ഒരാൾ സംസാരിക്കുന്നതിന്റെ ഇടയിൽ കയറി സംസാരിക്കാതിരിക്കുക. അത് നമ്മുടെ വ്യക്തിത്വത്തെ ബാധിക്കുന്നു. മറ്റുള്ളവരുടെ കണ്ണിൽ അത് നമ്മുടെ സ്വഭാവത്തിന്റെ മാറ്റുകുറയ്ക്കുന്നു.

ഒരാളെ നമ്മൾ കളിയാക്കുമ്പോൾ, അതയാൾ ആസ്വദിക്കുന്നില്ല എന്ന് കണ്ടാൽ, അത് തുടരാതിരിക്കാൻ ശ്രമിക്കേണ്ടതാണ്. എപ്പോഴും, മറ്റുള്ളവർ തരുന്ന സഹായത്തിന് നന്ദി പറയുക. ഭാര്യയെ അല്ലെങ്കിൽ മക്കളെ, ആരെയായാലും പുകഴ്ത്തുന്നത് എല്ലാവരും കേൾക്കെ ചെയ്യണം. ഇകഴ്ത്തുന്നത് രഹസ്യമായിരിക്കണം.

ഒരാളുടെ പൊണ്ണത്തടിയെക്കുറിച്ച് സംസാരിക്കാതിരിക്കുക, അയാളുടെ തടിക്ക് പല കാരണങ്ങളുണ്ടാകാം. ചിലപ്പോഴത് ഒരു രോഗമാകാനും സാദ്ധ്യതയുണ്ട്. അനാവശ്യ ഉപദേശങ്ങൾ നാം ആർക്കും കൊടുക്കരുത്. ഉപദേശം അയാൾ ആവശ്യപ്പെട്ടാൽ മാത്രം മതി. ഉദാഹരണത്തിന്, ഒരാൾ അയാളുടെ ഫോണിൽ ഒരു ചിത്രം നിങ്ങളെ കാണിച്ചാൽ, ആ ചിത്രം മാത്രം നോക്കുക. ഒരിക്കലും ഫോണിൽ മുന്നോട്ടോ പിന്നോട്ടോ സൈ്വപ് ചെയ്യരുത്. കാരണം നമുക്കറിയില്ല എന്താണ് അടുത്തതായി നാം കാണാൻ പോകുന്നത് എന്ന്!

തന്റെ സുഹൃത്ത്, തനിക്കൊരു ഡോക്ടർ അപ്പോയ്ന്റ്മെന്റ് ഉണ്ടെന്നുപറഞ്ഞാൽ, ഏതു ഡോക്ടർ, എന്തിനുകാണണം എന്നൊന്നും അവർ പറയാത്തിടത്തോളംകാലം ചികഞ്ഞുചോദിച്ച് അവരെ ബുദ്ധിമുട്ടിലാക്കരുത്. ചിലപ്പോൾ ആ വിഷയം പങ്കുവെക്കാൻ

അവർക്ക് ആഗ്രഹം കണ്ടെന്നുവരില്ല. അവർ കാര്യം നമ്മോടുപറഞ്ഞാൽ കേൾക്കുക. അഭിപ്രായം ചോദിച്ചാൽ നിങ്ങൾക്കറിയാവുന്നതുമാത്രം പറയുക. അറിയാൻ പാടില്ലാത്തകാര്യത്തെക്കുറിച്ച് വീമ്പിളക്കരുത്. അത് നമുക്ക് നഷ്ടങ്ങളേ വരുത്തു.

മേലുദ്യോഗസ്ഥന്റേയും കീഴുദ്യോഗസ്ഥന്റേയും അടുക്കൽ ഒരുപോലെ പെരുമാറാൻ സാധിച്ചാൽ നല്ലത്. നമ്മളിലെ മനുഷ്യത്വം അത് കാണിക്കും. നമ്മോട് നേരിൽ ഒരാൾ സംസാരിക്കുമ്പോൾ നമ്മൾ നമ്മുടെ ഫോണിൽ ശ്രദ്ധിച്ചിരിക്കുന്നത് ശരിയല്ലെന്ന് നാം ആദ്യമറിയുക. എന്നിട്ടു നമ്മുടെ മക്കളോടു പറയുക.

പരിചയപ്പെടുന്ന ഒരാളോട് അയാളുടെ ശരിയായ പ്രായം എത്ര? ശമ്പളം എത്ര കിട്ടും? എന്നീ ചോദ്യങ്ങൾ അപ്പാടെ ഒഴിവാക്കുക. മറ്റൊരാളുടെ തികച്ചും വ്യക്തിപരമായ കാര്യങ്ങളിൽ നിന്നൊഴിഞ്ഞ് നിൽക്കണം. അയാൾ സഹായം അഭ്യർത്ഥിക്കും വരെ മാത്രം. അതിനുശേഷം മനോവിദ്വേഷം ഒഴിവാക്കുക.

ഒരാളോട് സംസാരിക്കാൻ തുടങ്ങുമ്പോൾ നിങ്ങളുടെ സൺഗ്ലാസ്സ് മാറ്റുക. സംസാരം എപ്പോഴും നല്ലത് കണ്ണോടുകൺ നോക്കിക്കൊണ്ട് കൂടിയുള്ളതാണ്. നിങ്ങളുടെ പണത്തേയും പ്രതാപത്തേയും പറ്റി പാവപ്പെട്ടവരോട് സംസാരിക്കാതിരിക്കുക. മക്കളില്ലാത്തവരോട് നിങ്ങളുടെ മക്കളുടെ വർണ്ണനകൾ ഒഴിവാക്കുക. അതുപോലെ ഭാര്യയോ/ഭർത്താവോ നഷ്ടപ്പെട്ടവരോടും.

നമുക്ക് ശരിയെന്ന് തോന്നുന്നത് പറയാൻ ശ്രമിക്കുക. കാരണം നമ്മുടെ ശരികൾ പറയാൻ നമ്മൾ മാത്രമേയുള്ളു. തെറ്റുകളെ മാത്രം ഊതി വീർപ്പിച്ച് കാറ്റിൽ വർണ്ണബലൂണുകളായി പറത്താനും, അതിലൂടെയുണ്ടാകുന്ന ഒരാത്മരതിസൗഖ്യം കണ്ടെത്താനും നമ്മുടെ മനസ്സ് വട്ടമിട്ട് പറക്കുന്നുണ്ടെന്ന സത്യം നാമറിയാതെ പോകരുത്.

വസ്തുതകളെപ്പറ്റി തർക്കിക്കാതെ അതിന്റെ നിജസ്ഥിതി കണ്ടെത്തുകയെന്നൊക്കെ ഒറ്റവാക്കിൽ പറയാം. പക്ഷേ അത് അത്ര എളുപ്പമുള്ളകാര്യമല്ല. മനസ്സുവച്ചാൽ പല തർക്കങ്ങളും നമുക്ക് ഒഴിവാക്കാം. മനുഷ്യമനസ്സുകളെ തമ്മിൽ അകറ്റുകയാണ് വാദപ്രതിവാദങ്ങൾ ഒട്ടുമിക്കപ്പോഴും ചെയ്യുക. തനിക്കു നിശ്ചയമുള്ള സത്യത്തിന്റെ ബലത്തിലായിരിക്കും വിവരമുള്ളവർ വാദിക്കുന്നതുതന്നെ. പക്ഷെ വിവരംകെട്ടവർ യുക്തിരഹിതവും വികലവുമായ സ്വാഭിപ്രായം സ്ഥാപിക്കാനാകും ശ്രമിക്കുക. തർക്കംകൊണ്ടോ വാദപ്രതിവാദംകൊണ്ടോ മത്സരിച്ചു അകലുകയല്ല, വസ്തുനിഷ്ഠമായ

സമീപനത്തോടെ ചർച്ചചെയ്തു ആഹ്ലാദകരമായ സമന്വയത്തിലെത്തുകയാണ് ആരോഗ്യപരമായ രീതി. പ്രശ്നങ്ങളെ നേരിടാനും അപകടസാദ്ധ്യതകൾ ഏറ്റെടുക്കാനും ഉത്സാഹം കൂടിയേ തീരൂ. കുഴിമടിയനായിരുന്നാൽ പ്രശ്നങ്ങൾ പർവ്വതംപോലെ വളർന്നേക്കാം. ഒടുവിൽ അവ പരിഹരിക്കാൻ കഴിയാതെവരും. ഏത് സാഹചര്യത്തിലും പ്രയത്നം ഉപേക്ഷിക്കരുത്. അല്പം മാത്രം വിജയിക്കാനേ കഴിഞ്ഞുള്ളൂവെങ്കിലും നിരാശവേണ്ട. എത്ര ശ്രമിച്ചാലും വലിയ വിജയം കൈവരില്ല എന്നത് ശ്രമിക്കാതിരിക്കുന്നതിന് കാരണമാകരുത്. ദുർഗന്ധം വമിപ്പിക്കുന്ന ഒരു മാലിന്യക്കൂമ്പാരത്തിന് തുല്യമാണ് വെറുപ്പ് സൂക്ഷിക്കുന്ന ഒരു മനസ്സ് എന്നറിയുക. അതിന്റെ ഗന്ധം പരക്കുന്നപോലെ ആ വ്യക്തിയുടെ മുഖത്തും പ്രവർത്തികളിലും അത് പ്രകടമാവുകയും ചെയ്യുന്നു. ഒന്നും ശാശ്വതമല്ലാത്ത ഈ ഉലകിൽ നമ്മുടെ സ്ഥിതിയും മറിച്ചല്ല എന്ന ബോധ്യത്തോടെ, പറയാനുള്ളത് അപ്പപ്പോൾ പറഞ്ഞ്, ചെയ്യാനുള്ളത് ഉടനുടൻ ചെയ്ത് വെറുപ്പെന്ന രോഗത്തെ സ്നേഹമെന്ന ഔഷധം കൊണ്ട് എന്നും അകറ്റിനിർത്താൻ ശ്രമിക്കുക. അകന്നുപോയ ആത്മബന്ധങ്ങളെ അടുപ്പിക്കുക. നല്ല ബന്ധങ്ങൾ നമ്മുടെ കരുത്താണ്. ശത്രുതയില്ലാത്ത മനസ്സിന് കൂട്ടുകാർ വർദ്ധിക്കും. പിണങ്ങാനും അകലാനും വേഗത്തിൽ കഴിയും. എന്നാൽ അതൊന്നുകൂടി തുന്നിച്ചേർക്കാൻ അത്രവേഗം കഴിയില്ല.

നാട്ടിലും കുടുംബത്തിലും കൂട്ടുകാരിലും അകൽച്ചകളുണ്ട്. നമ്മോട് അകന്നവരും കുറച്ചെങ്കിലുമുണ്ട്. എല്ലാം പരിഹരിക്കപ്പെടണം. പരിഹരിക്കേണ്ടവർ നമ്മളാണ്. അകന്നുപോയ ആത്മബന്ധങ്ങളെ അടുപ്പിക്കുന്നതും ഐക്യത്തിലാക്കുന്നതും ഉന്നതമായ സൽക്കർമ്മമാണ്. ഭദ്രമല്ലാത്ത സമൂഹത്തിൽ ഒരു ആശയവും വേരുപിടിക്കില്ല.

സ്വയം നന്നാകുക! ലോകം നന്നാക്കാൻ ഇറങ്ങി പുറപ്പെടുന്ന പലരുടെയും ശ്രദ്ധ അപരനിലാണ്. സ്വന്തം ശരിയും, തെറ്റും, നന്മയും, തിന്മയും കാണാറേയില്ല.

ചുറ്റുപാടുകളെ അളന്നുതിരിച്ചു വ്യാഖ്യാനിക്കാനും വിമർശിക്കാനും ദൂരദർശിനികളും സൂക്ഷ്മദർശിനികളുമായി നടക്കുന്നവർക്ക് സ്വയം കാണാൻ കഴിയുന്ന ഒരു കണ്ണാടിച്ചില്ലുപോലും സ്വന്തമായി ഇല്ലെന്നതാണ് ഏറ്റവും പരിതാപകരം.

അന്യന്റെ കറ കഴുകിക്കളയാൻ നടത്തുന്ന ശ്രമത്തിന്റെ പകുതിയെങ്കിലും സ്വന്തം ചെളി കഴുകിക്കളയാൻ കാണിച്ചിരുന്നുവെങ്കിൽ

മാലിന്യമില്ലാത്ത മനസ്സിന്റെ ഉടമകളാകാൻ കഴിയുമായിരുന്നു.

ഒരു നന്മയെങ്കിലും ഇല്ലാത്തവർ ചുരുക്കമായിരിക്കും. മറ്റുള്ളവരിലെ ആ നന്മകളെ മാത്രം കണ്ടെത്താനാണ് നാം ശ്രമിക്കേണ്ടത്. പരിധികളില്ലാത്ത ആശങ്കകളാണ് നമ്മുടെ മിക്ക പ്രശ്നങ്ങൾക്കും ഹേതുവായിത്തീരുന്നത്.

നമുക്ക് ചുറ്റിലും നമ്മെ സ്വാധീനിക്കുന്ന പ്രശ്നങ്ങൾ മനസ്സിനെ കളങ്കപ്പെടുത്തുമ്പോൾ ശുഭചിന്തകൾകൊണ്ട് മനസ്സിനെ മുക്തമാക്കാൻ ശ്രമിക്കുക. നമ്മുടെ ലക്ഷ്യങ്ങളേയും സ്വപ്നങ്ങളേയും സാക്ഷാത്കരിക്കാൻ ശുഭചിന്തയുടെ സാന്നിധ്യം നമുക്കുള്ളിൽ സന്നിവേശിപ്പിക്കുക.. ആശങ്കകളേയും, നിരാശയേയും പ്രതിരോധിക്കാൻ പ്രത്യാശയെന്ന ആയുധത്തെ സ്വീകരിച്ചു മുന്നേറാം!

എന്റെ മരണശേഷം എന്റെ മനസ്സ്, ബുദ്ധി, അഹങ്കാരം എന്നിവ രണ്ടരമണിക്കൂർ വരെ ജീവിച്ചിരിക്കുന്നു. എന്റെ ഹൃദയം 10 മിനിറ്റ് വരെ ജീവിച്ചിരിക്കുന്നു. എന്റെ കരൾ 20 മിനിറ്റ് വരെ ജീവിച്ചിരിക്കുന്നു. എന്റെ വലിയ കണ്ണുകൾ 4 മണിക്കൂർ വരെ ജീവിച്ചിരിക്കുന്നു. എന്റെ തൊലി 5 ദിവസം വരെ ജീവിച്ചിരിക്കുന്നു. ഞാൻ ചെയ്ത നന്മകൾ/തിന്മകൾ എന്നും ജീവിച്ചിരിക്കുന്നു. അതുകൊണ്ട് ജീവിതത്തിൽ എപ്പോഴും നന്മകൾ ചെയ്യുക! എന്നും ജീവിച്ചിരിക്കുക!

ഉയർച്ചകളിൽ തലോടിയ കരങ്ങളേക്കാൾ മികച്ചത് വീഴ്ചകളിൽ പിടിവിടാത്ത കരങ്ങളാണ്.

ക്ഷമ എന്ന് കേട്ടിട്ടുണ്ടോ? ഭൂമിയുടെ പര്യായമാണത്. ക്ഷമ എന്നത് മഹത്തായ ഒരു വികാരമാണ്. ലോകത്തിന്റെ നിലനിൽപ്പുപോലും പലരുടേയും ക്ഷമയുടെ ബാക്കിപത്രമാണ്. ജീവിതാനുഭവങ്ങളുടെ തീച്ചൂളയെ വിജയകരമായി പിന്നിട്ടവരുടെ പല കഥകളിലും ക്ഷമയുടെ തിളക്കം കാണാം. എടുത്തുചാട്ടകാരേക്കാൾ ഭംഗിയായി കാര്യനിർവ്വഹണത്തിൽ വിജയിക്കുക, പക്വതയും, ക്ഷമയും കാട്ടുന്നവരാണ്. ക്ഷമയെന്നത് കയ്പ്പുമരമാണ്. എന്നാൽ അതിൽ വിളയുന്നത് എപ്പോഴും മധുരഫലങ്ങളായിരിക്കും. ക്ഷമയുണ്ടെങ്കിൽ അതിന് ഗുണവുമുണ്ടാകും. നീരസമോ പരിഭവമോ വെച്ചുപുലർത്തേണ്ടതില്ല. ഏത് സാഹചര്യങ്ങളിലും മറ്റുള്ളവരോട് സൗഹാർദ്ദത്തോടും, സന്തോഷത്തോടും സംസാരിക്കുന്നത് ജീവിതയാത്ര സുഗമമാക്കുന്നതാണ്. ദിനവും സമ്പർക്കം പുലർത്തുന്ന പലരും നമ്മുടെ കാഴ്ചപ്പാടുകൾക്കതീതമായിരിക്കാം. എന്നുകരുതി നീരസമോ പരിഭവമോ വെച്ചുപുലർത്തേണ്ടതില്ല. അനിഷ്ടമായ ഏതവസരത്തിലും നല്ല പെരുമാറ്റത്തിലും സൗഹൃദത്തിലും അധി

ഷ്ഠിതമായ ഒരു വ്യക്തിത്വം കാത്തുപോരുന്നത് നല്ലതാണ്.

പക വീട്ടാനുള്ളതല്ല, പൊറുക്കാനും പൊരുത്തപ്പെടാനുമുള്ളതാണ്. അപ്പോൾ മാത്രമേ നമ്മിലെ മനുഷ്യൻ മഹാനാവുന്നുള്ളൂ. ശരീരത്തിൽ അണുബാധ ഏറ്റാലെന്നപോലെയാണ് മനുഷ്യനിൽ ദേഷ്യത്തിന്റെ വികാരങ്ങൾ പ്രവർത്തിക്കുന്നത്.

പക മനസ്സിൽ കൊണ്ടുനടക്കുന്ന കാലത്തോളം ചീഞ്ഞ് നാറുന്നത് നമ്മുടെ മനസ്സും ഒപ്പം ശരീരവും കൂടെയാണ്. മറക്കുന്നതാണ് നല്ലത്. ക്ഷമിക്കുന്നതാണ് നല്ലത്. എന്നാൽ അതിൽ ഏറ്റവും നല്ലത് മറക്കുന്നതാണ്. മറ്റുള്ളവർ നമുക്ക് എതിരായി ചെയ്യുന്ന തെറ്റുകൾ ക്ഷമിക്കുന്നതോടൊപ്പം നമുക്ക് പരിപൂർണ്ണാരോഗ്യവും സന്തോഷവും വേണമെങ്കിൽ തെറ്റുകൾ പൊറുത്തുകൊടുത്തേ മതിയാവൂ.

മറ്റുള്ളവർ നമ്മോട് ചെയ്ത തെറ്റുകളേക്കുറിച്ച് പരിതപിച്ചുകൊണ്ടിരുന്നാൽ നമ്മുടെ മനസ്സിലെ നൈരാശ്യവും പകയും വർദ്ധിച്ചു കൊണ്ടിരിക്കും. ദേഷ്യവും കൊടുങ്കാറ്റും ഒരുപോലെയാണ്, ശാന്തമായതിനുശേഷം മനസ്സിലാവും നഷ്ടം എത്രവലുതാണെന്ന്. മറുവശം കാണാതെ ഊഹിച്ച് എടുക്കുന്ന മനസ്സിന്റെ ചിന്താഗതിയാണ് ജീവിതം തകർക്കുന്നത്.

ഒരാൾക്കൊരു പ്രശ്നമുണ്ടാകുമ്പോൾ അത് തന്നെ ബാധിക്കില്ലല്ലോ, എനിക്കെന്തുകാര്യം എന്നു ചിന്തിയ്ക്കാതെ തന്റെ കൂടി പ്രശ്നമായിക്കണ്ട് പരിഹരിക്കുവാൻ ശ്രമിക്കുക അല്ലെങ്കിൽ നാളെ അതു നമ്മെ തേടിയെത്തും.

അകന്നുപോയ ആത്മബന്ധങ്ങളെ അടുപ്പിക്കുന്നതും ഐക്യത്തിലാക്കുന്നതും ഉന്നതമായ സൽക്കർമ്മമാണ്. ഭദ്രമല്ലാത്ത സമൂഹത്തിൽ ഒരു ആശയവും വേരുപിടിക്കില്ല. നമ്മളിൽ പലരുടേയും ജീവിതം ഒരു കാത്തിരിപ്പാണ്. ഒരിക്കൽ എല്ലാം ശരിയാകും എന്ന് പ്രതീക്ഷിച്ചുള്ള കാത്തിരിപ്പ്. നാളെ തിരിഞ്ഞു നോക്കുമ്പോൾ എന്തിനുവേണ്ടി ജീവിച്ചു എന്ന തോന്നൽ സ്വയം ഉണ്ടാകാതിരിക്കാൻ, മറ്റുള്ളവർക്ക് വേണ്ടി ജീവിക്കുന്നതിനൊപ്പം സ്വന്തമായും ജീവിക്കുക. മറഞ്ഞാലും മായാതെ നിൽക്കുന്ന ചില ചിത്രങ്ങൾ ഉണ്ടാവാം നമുക്കെല്ലാവർക്കും. അത് ചിലപ്പോൾ ഗൃഹാതുരത്വ ഓർമ്മകളുടേതാകാം. ഇഷ്ടസൗഹൃദങ്ങളുടേതാകാം. ഓർമ്മിക്കാതെതന്നെ ഓർമ്മകളിൽ നിന്നു മാറാത്ത ചില വർണ്ണചിത്രങ്ങൾ. മാനം കാണിക്കാതെ എടുത്തുവെച്ച മയിൽപീലിപോലെ മനസ്സിൽ പെറ്റുപെരുകിക്കൊണ്ടിരിക്കുന്ന ചില ചിത്രങ്ങൾ നമ്മളേക്കാളും

വളർന്ന് മലയായി, കടലായി, നീലാകാശമായി മാറിയവ. പിന്നെ മഴയായി നമ്മിൽ വർഷിച്ച് ചാലായി, പുഴയായി, കടലായി മാറുന്ന ഇഷ്ടചിത്രങ്ങൾ കാത്തിരിക്കപ്പെടാൻ ഒരു ഹൃദയമുണ്ടാവണം. ആ ഹൃദയം നിറമുള്ള സ്വപ്നങ്ങളാൽ വർണ്ണാഭമാവണം. ചേർത്തു പിടിച്ച നിമിഷങ്ങൾ ഹൃദയാഴികളിലെ ഓർമ്മകളുടെ ഭാഷയിൽ കുറിക്കപ്പെടണം. അരികിലുണ്ടെന്ന വാക്കുകളിൽ കരുതലിന്റെ വാരിപ്പുണരലുകളുണ്ടാവണം. അകലം നിന്നിടുന്ന ഹൃദയങ്ങളിൽ ചുംബന കൈമാറ്റങ്ങൾ സാദ്ധ്യമാകണം. അവസാനം നിറമുള്ള സ്വപ്നങ്ങളിൽ ഇരുളുനിറച്ചകലുമ്പോൾ ഇനിയൊരു കാത്തിരിപ്പില്ലാതാകണം. നമ്മുടെ ജീവിതത്തിൽ ഒന്നും നേടാൻ കഴിഞ്ഞില്ലെങ്കിലും നല്ലൊരു സൗഹൃദം പലതും നേടിത്തരും.

ആശകൊണ്ട് ഉയരത്തിൽ ഊഞ്ഞാൽ കെട്ടിയാലും പ്രതീക്ഷയുടെ ഇരിപ്പിടം അല്പം താഴ്ത്തി കെട്ടണം. അല്ലെങ്കിൽ വീഴ്ചയുടെ ആഴം കൂടുതലായിരിക്കും. സ്വന്തമായി നിലപാടുകൾ ഉള്ളവർക്കേ ശത്രുക്കൾ ഉണ്ടാകൂ. അല്ലാത്തവർ എല്ലാവർക്കും പ്രിയപ്പെട്ടവരായിരിക്കും. ഒന്നോർക്കുക, നമ്മുടെ ആദർശം മറ്റുള്ളവരുടെ പ്രീതീക്കായി ഇല്ലാതാക്കേണ്ടതില്ല, അത് നമ്മുടെ ശരിയാണ്.

"ദുർജ്ജനസ്യ ചസർപ്പസ്യവരം സർപ്പോ ന ദുർജ്ജന
സർപ്പോ ദശതി കാലേന ദുർജ്ജനസ്തു പദേ പദേ"

ഇത് ചാണക്യവാക്യമാണ്, ഇവിടേയ്ക്കു കടമെടുത്തതാണ്. ദുഷ്ടന്മാരും സർപ്പങ്ങളും ഉണ്ടെങ്കിൽ ഇവയിൽ ഭേദം സർപ്പങ്ങളാണ് ദുർജ്ജനമല്ലത്രെ. എന്തെന്നാൽ സർപ്പം കഷ്ടകാലത്തേ കടിക്കൂ. മറ്റുള്ളവർ തക്കം കിട്ടുമ്പോഴൊക്കെ തലങ്ങും വിലങ്ങും കടിച്ചുകൊണ്ടേയിരിക്കുമെന്നോർക്കുക. ആർക്കും മറ്റൊരാളെ ഭയപ്പെടുത്തി സ്നേഹവും ആദരവും നേടാൻ കഴിയില്ല. ഭയം ഇല്ലാതെയായാൽ എല്ലാ അടിമത്തങ്ങളും അവസാനിക്കും. പേടിയുള്ളതിനെയൊന്നും ആരും സ്നേഹിക്കുകയില്ല, ബഹുമാനിക്കുകയുമില്ല.

തനിച്ചുനിൽക്കാനും തന്റേടത്തോടെ പ്രതികരിക്കാനും അറിയാവുന്നവരെ ആരും ഭീഷണിപ്പെടുത്താൻ ഒരുമ്പെടില്ല. ഭയപ്പെടുത്തി നിർത്തിയിരിക്കുന്ന അടിമകളെകൊണ്ടല്ല, മറിച്ച് സ്നേഹത്തോടെയും ആത്മാർത്ഥതയോടെയും ആഗ്രഹത്തോടെയും തങ്ങളുടെ കൂടെനിൽക്കുന്ന അഭ്യുദയകാംക്ഷികളെ കൊണ്ടാണ് നമ്മുടെ പരിസരം സർഗീയമാവേണ്ടത്.

സ്നേഹം ഒരു വാക്കല്ല, അതൊരു അനുഭവമാണ്. ഒരാൾക്ക് പ്രതിഫലം ഇല്ലാതെ മറ്റൊരാൾക്ക് കൊടുക്കാൻപറ്റിയ ഏറ്റവും വില

പിടിപ്പുള്ളസമ്മാനം! ജീവിതം ഒരു യാത്രയാണ്! നാമൊക്കെ ഒന്നിച്ചുയാത്രചെയ്യുന്ന യാത്രക്കാരും. അവനവന്റെ സ്റ്റോപ്പ് എത്തിയാൽ പലരും ഇറങ്ങും. പുതിയ യാത്രികർ വരും, അവരും ഒരു നാൾ ഇറങ്ങും. നീയും ഇറങ്ങും ഞാനും. ഒരു പക്ഷേ ആദ്യം ഞാനാകും. ചിലപ്പോൾ നീയും. ലക്ഷ്യമുണ്ട് നമ്മുടെ യാത്രയ്ക്കെന്നോർമ്മിക്കുക! എന്നാലോ ചിലപ്പോൾ ലക്ഷ്യസ്ഥാനത്ത് എത്തും മുമ്പേ ഒരാളുവന്ന് നമ്മെ പിടിച്ചിറക്കി കൊണ്ടുപോകും. അതുകൊണ്ട് ഒന്നിച്ചുള്ള ഈ യാത്രയിൽ പരസ്പരം മിണ്ടിയും പറഞ്ഞും, സ്നേഹിച്ചും സഹകരിച്ചും, ആശയക്കൈമാറ്റം നടത്തിയും ഈ യാത്ര, സുന്ദരവും സുഖകരവും സുരഭിലവും മറക്കാനാവാത്തതുമാക്കാം. വെറും യാത്രികരാവാതെ, സഹയാത്രികരും സ്നേഹസഞ്ചാരികളുമാവാം. നമ്മുടെയൊക്കെ ജീവിതം കണ്ണടച്ചുതുറക്കുന്ന വേളയിൽ അവസാനിക്കുന്ന ഒന്നാണ്. വിജയവും പരാജയവുമെല്ലാം കലർന്ന ഒന്ന്. വിജയംപോലെതന്നെ പരാജയവും ജീവിതത്തിന്റെ ഭാഗമാണ്. ഒരിക്കൽ വീണെന്നുകരുതി അവിടെത്തന്നെ നിൽക്കരുത്. എത്ര പ്രാവശ്യം വീണാലും പോരാട്ടവീര്യത്തിന്റെ കരുത്തിൽ പൊരുതിനേടാമെന്ന അചഞ്ചലമായ വിശ്വാസത്തിന്റെ നിശ്ചയദാർഢ്യം നമുക്ക് എപ്പോഴും ഉണ്ടാകണം.

ഒരു ചെടിയിൽ വിടരുന്ന പൂവുപോലെയും ഒരു ഞൊടിയിൽ വിടരുന്ന പുഞ്ചിരിപോലെയും ജീവിതത്തിന് എപ്പോഴും ചാരുത പകർന്നുകൊണ്ടിരിക്കണം. ലക്ഷ്യവും എത്തിച്ചേരേണ്ടുന്ന തീരങ്ങളും മുൻകൂട്ടി തീരുമാനിക്കുകയും ഓരോ ചുവടെങ്കിലും. ഓരത്തേക്കടുക്കുവാൻ ആത്മാർത്ഥമായി പരിശ്രമിക്കുകയും വേണം.

സ്വന്തം കഴിവുകൾ വികസിപ്പിച്ചെടുത്ത് ജീവിതത്തിൽ വ്യക്തിമുദ്ര പതിപ്പിക്കാനായി ശ്രമിക്കണം. ഇങ്ങനെയും ഒരാൾ ജീവിച്ചിരുന്നുവെന്ന് ലോകം അറിയട്ടെ! ക്ഷമയുണ്ടെങ്കിൽ ദാരിദ്ര്യം സഹിക്കാം. വൃത്തിയുണ്ടെങ്കിൽ സാധാരണ വസ്ത്രവും ഈടുറ്റതാണ്. ചൂടുള്ളതാണെങ്കിൽ മോശപ്പെട്ട ഭക്ഷണവും നമുക്ക് ഇഷ്ടപ്പെടും. സ്വഭാവശുദ്ധിയുണ്ടെങ്കിൽ എത്ര വൈരൂപ്യവും നിസ്സാരമാണ്!

"ദരിദ്രതാ ധീരതയാ വിരാജതേ
കൌന്നതാ ചോഷണുതയാ വിരാജതേ
കുരുപതാ ശീലതയാ വിരാജതേ".

ആദർശവാക്യങ്ങളിൽ അർപ്പിക്കുന്ന വിശ്വാസത്തിന്റെ അള

വല്ല അവയെ കർമ്മപഥത്തിൽ കൊണ്ടുവരുന്നതിനുള്ള പ്രവർത്തന ക്ഷമതയാണ് സ്ഥിരതയുള്ള വിജയങ്ങൾ സമ്മാനിക്കുന്നത്.

ഉന്നതമായ പ്രഭാതചിന്തകളെ എഴുതിയിട്ടും വായിച്ചിട്ടും വാക്കുകളുടെ പ്രചോദനം പ്രവൃത്തിപഥത്തിൽ കൊണ്ടുവരാതെ എന്തുകാര്യം? മഹത്വചനങ്ങൾകൊണ്ട് ചുവരെഴുത്ത് നടത്തിയ തിന്റെ പേരിൽ ഒരു വ്യക്തിയും സ്ഥാപനവും മെച്ചപ്പെട്ടില്ല. ആ വചനങ്ങൾക്ക് അവിടെ ജീവിക്കാനുള്ള സാഹചര്യം സൃഷ്ടിക്കണം.

വിദ്യാഭ്യാസം സമ്പൂർണ്ണ വ്യക്തിവികസനമാണെന്ന് വടി വൊത്ത അക്ഷരങ്ങളിൽ എഴുതിവയ്ക്കുകയും, പുസ്തകം പഠിപ്പി ക്കാൻ വേണ്ടിമാത്രം നിലകൊള്ളുകയും ചെയ്താൽ ആ കലാല യത്തിൽ നിന്ന് എങ്ങനെ ഭാവി നേതാക്കൾ ഉണ്ടാകും?

'ഉപഭോക്താവ് രാജാവ്' എന്ന് എഴുതി വയ്ക്കുന്നിടത്തു തന്നെ മായം ചേർക്കലും നടന്നാൽ ഒരു നാൾ അത് ശ്മശാന ഭൂമി യാകും. എഴുതി വയ്ക്കുന്നതിലല്ല എടുത്ത് ഉപയോഗിക്കുന്ന തിലാണ് കാര്യം. സ്വന്തം നിയമങ്ങളും നിയന്ത്രണരേഖകളും ഇല്ലാ ത്തവരെ ആരെങ്കിലുമൊക്കെ അടിച്ചുവാരി ചവറ്റുകുട്ടയിൽ ഇടും. തനതായ കാഴ്ചപ്പാടും പ്രവർത്തന ശൈലിയും ഉള്ളവർക്ക് അമിത സമ്മർദ്ദമോ മതിഭ്രമമോ ഉണ്ടാകില്ല. വേറൊരാളുടെ അപകടമോ അപകടകരമോ ആയ പ്രവർത്തികൊണ്ട് സ്വന്തം ജീവിതത്തിന്റെ തകർച്ചയെ ന്യായീകരിക്കേണ്ടി വരുന്നതാണ് ആ തകർച്ചയേക്കാൾ വലിയ ദുരന്തം. മനോഹരമായ കാഴ്ചകൾ കാണുക എന്നതാണ് കണ്ണിന്റെ ധർമ്മം. നല്ലത് കേൾക്കുക ചെവിയുടെ ധർമ്മം. നല്ലത് ശ്വസിക്കുക മൂക്കിന്റെ ധർമ്മം. നല്ലത് സംസാരിക്കുക എന്നത് നാവിന്റെ ധർമ്മം. നല്ല പ്രവൃത്തികൾ ചെയ്യുക ശരീരധർമ്മം. എന്നുവച്ചാൽ കാണേണ്ടതേ കാണാവൂ, കേൾക്കേണ്ടതേ കേൾക്കാ വൂ, പറയേണ്ടതേ പറയാവൂ, നമുക്ക് സാധിക്കുന്നതേ പ്രവർത്തി ക്കാവൂ. എന്നാൽ നമ്മുടെ ഹൃദയത്തിന് വേണ്ടത് മനോഹരമായ ബന്ധങ്ങളാണ്. ജീവൻ പിരിയുമ്പോൾ ആ മുഖമൊന്നു കാണാൻ തിരക്കുകൂട്ടുന്നതിലും നല്ലത് ജീവനുള്ളപ്പോൾ നിറപുഞ്ചിരിയോടെ, നിറഞ്ഞ മനസ്സോടെ ഇടപഴകുന്നതായിരിക്കും.

സാധാരണ ഭക്തർക്ക് ഭഗവാനോട് ധാരാളം പരാതികളും പരിഭവങ്ങളും ഉണ്ട്. ഞാൻ ദൈവത്തിൽ വിശ്വസിച്ചിട്ടും നല്ലകാര്യ ങ്ങൾ ചെയ്തിട്ടും എന്തുകൊണ്ട് ദൈവം എനിക്ക് ദുഃഖങ്ങൾ തരുന്നു? അതിന് ഭഗവാന്റെ ഒരു മറുപടിയുണ്ട്. "ഞാൻ ആർക്കും

ദുഃഖം നൽകുന്നില്ല. ആരെങ്കിലും ദുഃഖം അനുഭവിക്കുന്നുണ്ടെങ്കിൽ അതിന് തത്തുല്യമായ എന്തോ ധർമ്മവിരുദ്ധമായ പ്രവൃത്തി അറിഞ്ഞോ അറിയാതെയോ ആ ആത്മാവ് ചെയ്തിട്ടുണ്ടായിരിക്കും".

കാര്യകാരണബന്ധമായ ഈ പ്രപഞ്ചത്തിൽ തെറ്റ് ചെയ്യാതെ ശിക്ഷയില്ല. അതിനാൽതന്നെയാണ് ജ്ഞാനി ജീവിച്ചിരിക്കുന്നവരെക്കുറിച്ച് ആലോചിച്ച് ദുഃഖിക്കില്ലായെന്ന് ഭഗവദ്ഗീതയിൽ പറയുന്നത്. (ഗീത 2/11)

ഒരു കാര്യം ഉറപ്പുപറയാൻ പറ്റും. നിരപരാധി ശിക്ഷിക്കപ്പെടില്ല. ശിക്ഷ അഥവാ ദുഃഖം ദൈവം തരുന്ന വിധിയല്ല. ഈ ലോകത്തിലെ കോടതിക്ക് ഒരുപക്ഷെ തെറ്റുപറ്റാം. എന്നാൽ പ്രപഞ്ചകോടതിയിൽ തെറ്റുപറ്റില്ല. ഈ ലോകത്ത് ഇപ്പോൾ ചെയ്ത തെറ്റിന് 10 വർഷം കഴിഞ്ഞായിരിക്കാം ശിക്ഷ അനുഭവിക്കുന്നത്. അപ്രകാരം ഒരുപക്ഷെ ആത്മാവ് ഇപ്പോഴത്തെ ശരീരം മാറി, വേറെ ശരീരമാകുന്ന വേഷത്തിലായിരിക്കാം. എന്നാലും പ്രകൃതിയുടെ കോടതി വെറുതെ വിടില്ല.

ദൈവം ഈ പ്രപഞ്ചസംവിധാനത്തിന്റെ പരമാദ്ധ്യക്ഷനാണെന്നേയുള്ളൂ. അതിൽ ഇടപെടാനുള്ള അവകാശം ദൈവത്തിനുമില്ല. ഒരു ശുപാർശയും അവിടെ നടക്കുമെന്നു മോഹിക്കണ്ടാ, നിലവിളിച്ചിട്ട് ഒരു കാര്യവുമില്ല. നോക്കൂ, ഭഗവദ്ഗീതയിൽ പറയുന്നു, "ഈശ്വരൻ ലോകത്തിൽ കർത്തവ്യത്തെയോ, കർമ്മത്തെയോ സൃഷ്ടിക്കുന്നില്ല. കർമ്മഫലത്തോട് അവയെ ബന്ധിപ്പിക്കുന്നില്ല. എന്നാൽ പ്രകൃതിയുടെ സ്വഭാവം തന്നെയാണ് ഇതെല്ലാം ചെയ്യിപ്പിക്കുന്നത്" (ഗീത 5/14) പരമാത്മാവ് ആരുടെയും പാപത്തേയും ഏറ്റെടുക്കുന്നില്ല പുണ്യത്തേയും സ്വീകരിക്കുന്നുമില്ല. അജ്ഞാനത്താൽ ജ്ഞാനം മറക്കപ്പെട്ടിരിക്കുന്നതുകൊണ്ട് ജീവികൾ മോഹിതരായിരിക്കുന്നു. (ഗീത 5/15) അതിനാൽ നമ്മുടെ മുന്നിൽ ഒരു മാർഗ്ഗമേയുള്ളൂ, സ്വയം പരിവർത്തനം കൊണ്ടുവരുക. വിശ്വപരിവർത്തനം സ്വതവെ സമയാസമയം നടന്നുകൊണ്ടേയിരിക്കുന്നു. നിങ്ങൾ സ്നേഹമാണ്, അതിനെ പരിപോഷിപ്പിക്കാൻ ഒന്നും ചെയ്യേണ്ടതില്ല. സ്നേഹം എന്നുപറഞ്ഞാൽ എപ്പോഴും നന്നായി സംസാരിക്കുകയും പെരുമാറുകയും ചെയ്യുക എന്നർത്ഥമില്ല. ചിലപ്പോഴൊക്കെ വടിയെടുക്കാം, കർശനമാവാം. പക്ഷെ അത് പരുക്കനായ പെരുമാറ്റത്തിന്റെ ലൈസൻസല്ല. മറ്റുള്ളവരുടെ ഉദ്ദേശശുദ്ധിയെ ഒരിക്കലും സംശയിക്കരുത്. ആ നിലയിൽ നിന്നുകൊണ്ട് ഏറ്റവും നല്ലത് ചെയ്യുക.

ശാന്തവും, ശക്തവുമായ മനസ്സ്!

ശാന്തവും ശക്തവുമായ ഒരു മനസ്സിനു ചെയ്യുന്ന കാര്യങ്ങളിൽ ഏകാഗ്രത കൈവരിക്കാനും അതിലൂടെ വിജയം നേടാനും കഴിയും. മനസ്സിനെ തളർത്തുന്ന ആശങ്കകൾക്കും ആകുലതകൾക്കും അടിമപ്പെടുമ്പോൾ അതിന്റെ ദൂഷ്യഫലങ്ങൾ നമ്മുടെ ലക്ഷ്യത്തെതന്നെ നമ്മിൽ നിന്നും മായ്ച്ചുകളയുന്നു. നമ്മുടെ ശക്തിയും ഊർജ്ജവും നഷ്ടപ്പെടുത്തുന്ന ആവശ്യമില്ലാത്ത ചിന്തകൾക്കു പകരം ശുഭചിന്തകൾക്ക് മനസ്സിൽ സ്ഥാനം നൽകുക!

മറ്റുള്ളവർ നിങ്ങളെക്കുറിച്ച് എന്ത് കരുതുന്നുവെന്ന് ശ്രദ്ധിക്കാൻ തുടങ്ങിയാൽ നിങ്ങളെപ്പോഴും അവരുടെ തടവുകാരായിരിക്കും. ഒരാളുടെ തനിമയിൽനിന്ന് അയാളെ നിയന്ത്രിക്കാനോ പരിമിതികളിൽ കുടുക്കിയിടാനോ ആരെയും അനുവദിക്കാതിരിക്കുക. ഒരാളുടെ തനതായ പ്രവർത്തന ശൈലിയെന്തെന്ന് തിരിച്ചറിയുന്നത് ആ വ്യക്തി പ്രകടിപ്പിക്കുന്ന ആത്മബലത്തിന്റെ തോതനുസരിച്ചാണ്. മനഃസാക്ഷിയുടെ നിർദ്ദേശമനുസരിച്ച് പരോപകാരസന്നദ്ധരായി മുന്നോട്ടുപോകുമ്പോൾ വിജയം സുനിശ്ചിതമാക്കാൻ നമുക്ക് സാധിക്കും. മറ്റുള്ളവരെപ്പോലെ ആകാൻ ശ്രമിക്കുക എന്നതാണ് ജീവിതത്തിലെ ഏറ്റവും വലിയ വിഡ്ഢിത്തം.

രാവും പകലും നമുക്കു വേർതിരിച്ചറിയാൻ കഴിയുന്നതുപോലെ ആത്മാർത്ഥതയുള്ള സൗഹൃദത്തേയും നമുക്ക് തിരിച്ചറിയാൻ കഴിയണം. ബന്ധങ്ങളെ വിജയിപ്പിക്കുവാനുള്ള പരിഗണന ഒരു സംസ്ക്കാരമാണ്. അതാണ് ബന്ധം ജനിപ്പിക്കുന്നത്. പരസ്പരം പരിഗണിക്കുകയും അംഗീകരിക്കുകയും ചെയ്താൽ ഏതു ബന്ധവും വളരും. ഞാൻ, എനിക്ക് എന്നതിനേക്കാൾ മറ്റുള്ളവർക്ക് മുൻതൂക്കം നൽകുന്ന സമീപനമാണ് ഗുണകരം. മറ്റുള്ളവരിലെ നന്മ കണ്ടെത്തുന്ന മനോഭാവം സ്നേഹ സമീപനം, പ്രസന്നത, പ്രത്യാശ, കരുണ, സഹാനുഭൂതി, പ്രചോദിപ്പിക്കുന്ന ശൈലി, പ്രതിബദ്ധത, അർപ്പണമനോഭാവം, സമഭാവന, മാന്യത തുടങ്ങിയ സമീപനങ്ങൾ ബന്ധങ്ങൾ വളരാൻ സഹായകരമാണ്.

ഓർക്കുക, ബന്ധങ്ങളാണ് ജീവിതത്തിന് അർത്ഥവും മനോഹാരിതയും സമ്മാനിക്കുന്നത്. വിലകൊടുത്ത് ബന്ധങ്ങളെ വിജയിപ്പിക്കുക. മനസ്സിന്റെ കണ്ണാടി എന്നു വിളിക്കേണ്ടത് കണ്ണുകളെയാണ്. കാരണം മനസ്സ് വേദനിച്ചാൽ നിറയുന്നത് കണ്ണുകളാണ്. ചിലരുണ്ട്, നമുക്ക് ആരൊക്കെയോ ആണെന്ന് തോന്നിപ്പിച്ചിട്ട് നമ്മിൽ നിന്നും അകലുന്നവർ.

കാലചക്രം മുന്നോട്ടെത്ര തിരിഞ്ഞാലും, ദശകങ്ങൾ കൊഴിഞ്ഞുപോയാലും, ആഴിയിൽ പടർന്ന തീ കെട്ടടങ്ങിയാലും ഉള്ളിലെവിടെയോ ഇന്നും നീറുന്നുണ്ട് 'നീ' എന്ന കനൽ.

സത്യം കൊണ്ട് മനസ്സും, സ്നേഹംകൊണ്ട് ഹൃദയവും, സേവനം കൊണ്ട് ജീവിതവും സമ്പന്നമാക്കുക എപ്പോഴും!

"ബാഹുവീര്യംബലം രാജ്ഞാം
ബ്രാഹ്മണോ ബ്രഹ്മവിദ് ബലി
രൂപയൌവനമാധുര്യം
സ്ത്രീണാം ബലമനുത്തമം" എന്ന് പറയുന്നുണ്ട് സ്മൃതികളിൽ. രാജാക്കന്മാരുടെ ബലം കൈയ്യൂക്കിലും, ബ്രാഹ്മണന്റെ ബലം ബ്രഹ്മജ്ഞാനത്തിലും എങ്കിൽ സ്ത്രീയുടെ ബലം സൗന്ദര്യത്തിലും, യൗവ്വനത്തിലും, മധുരഭാഷണത്തിലുമാണെന്നോർക്കുക.

പ്രേമം ഉടക്കിലൂടെ തുടങ്ങുന്നു, എന്നിട്ട് കണ്ണിൽ ഉടയുന്നു. പ്രേമം ഭയത്തോടെ ആരംഭിക്കുന്നു, എന്നിട്ട് കണ്ണുനീരിൽ അവസാനിക്കുന്നു. എന്നാൽ - സൗഹൃദം എവിടെ വെച്ചും എപ്പോഴും തുടങ്ങാം. അതിനവസാനമില്ല.

"യത്രോദകം തത്ര വസന്തി ഹംസാൻ
തഥൈവ ശുഷ്കം പരിവർജയന്തി
ന ഹംസ തുല്യേന നരേണ ഭവ്യം
പുനസ്ത്യജന്തേ പുനരാശ്രയന്തേ"

ചാണക്യനീതിയിലെ വാക്കുകളാണിത്. എവിടെ ജലമുണ്ടോ അവിടെ അരയന്നങ്ങൾ വസിക്കുന്നു. അവിടുത്തെ ജലം വറ്റുമ്പോൾ അവ അതിനെ ഉപേക്ഷിക്കുകയും ചെയ്യുന്നു. മനുഷ്യർ ഹംസങ്ങളെപ്പോലെ ഏതിനേയും പ്രയോജനമുള്ളപ്പോൾ ആശ്രയിക്കുകയും, പിന്നീട് ത്യജിക്കുകയും ചെയ്യരുത്. പക്ഷേ നമ്മിൽ പലരും അങ്ങനെയല്ല. ജീവിതത്തിൽ ഇനി എന്തിനുവേണ്ടിയെന്ന് നിനച്ചുപോകുന്ന ഒരു ഭാവം നമ്മളിൽ ഉണ്ടാവും. ഈ അടഞ്ഞ വാതിലിന് ഒരു പേരും ഉണ്ട്, പരീക്ഷണം! ചുറ്റും പ്രതികരിക്കാൻ കഴിയാത്ത വലയവും നേരിയ തോതിൽ ചില വഴികളിൽ നടന്നു തുടങ്ങവേ സ്വർഗം എന്ന് പേരിട്ടിരിക്കുന്ന മഹാലഹരിയും. അവിടെ നിന്നിൽ നഷ്ടപ്പെട്ടത് ഇതായിരുന്നു. ആ വലയത്തിനുള്ളിൽ ഇത്തിരി നേരം കണ്ണടച്ച് ഇളവ് നോക്കാതെ നിന്നെ കേൾക്കുന്നതിന്റെ പേരാണ് ക്ഷമയെന്നത്.

കടൽതീരത്തെഴുതിയപ്പോൾ തിരവന്ന് മായിച്ചുകളയും എന്നറിയാമെങ്കിലും എഴുതിയതെല്ലാം നിന്നോടുള്ള ഇഷ്ടങ്ങളായി

രുന്നു. തിര നിലക്കാത്ത കാലംവരെ നിന്നോടൊപ്പമുള്ള തീരത്ത് നിന്നിഷ്ടങ്ങൾ എഴുതുമ്പോൾ തിരയായി ഞാൻ വരും, എന്നിൽ അലിയിക്കാൻ, എന്ന് പറഞ്ഞു നടന്ന ഭൂതകാലമുണ്ടായിരുന്നു എനിക്ക്.

നിന്റേതായ ഒരു സമയം നിനക്കില്ല. ഭൂലോകം മുഴുവനായുള്ള ജീവജാലങ്ങളും ഈ സമയത്തിനായി കാത്തിരുന്നില്ല. നിന്നുള്ളിൽ പറഞ്ഞത് ആരും കേട്ടിരുന്നില്ല. ആരും അറിഞ്ഞിരുന്നില്ല. നീ പ്രവർത്തിക്കും മുന്നേ ചിന്തകൾ വഴി മാറി പോവുന്നത് നീ ശ്രദ്ധിച്ചിരുന്നില്ല. നിന്റേതായ നേരം നിന്റെ ചിന്തകളിൽ ഉണ്ട്.

ലക്ഷ്യം ഒന്ന് ഹൃദയത്തിലുണ്ടെങ്കിൽ, ആ ഓട്ടത്തിൽ തലച്ചോർ പ്രവർത്തിക്കുന്നുണ്ടെങ്കിൽ, നിനക്ക് തെറ്റിയാലും കാൽ വഴുതിയെങ്കിലും നിന്നെ സുരക്ഷിതമായി നിന്റെ ലക്ഷ്യം പ്രാപ്തിയിൽ എത്തിച്ചിരിക്കും. സൂര്യൻ ഉദിക്കുമ്പോൾ ഞാനും കണ്ണ് തുറന്നിരുന്നു. പ്രകാശം നൽകുമ്പോൾ ഞാനും ചലിച്ചിരുന്നു. അസ്തമിച്ചപ്പോൾ ഞാനും കണ്ണടച്ചിരുന്നു. അതെ അവൻ മറ്റൊരിടം ഉദിക്കുകയായിരുന്നു. അവൻ മറ്റുള്ളവരെ ചലിപ്പിക്കുകയായിരുന്നു. അതെ അവൻ മറ്റുള്ളവരെ ഉറക്കുകയായിരുന്നു. അതേപോലെ ഞാനും അസ്തമിച്ചിരുന്നില്ല. ഈ പ്രപഞ്ചത്തിൽ എവിടെയോ മറ്റൊരുവനായി സ്വപ്നത്തിലായിരുന്നു.

എത്ര വേദനിപ്പിച്ചാലും ചിലരെ ചേർത്തുപിടിക്കുന്നത് അവർക്ക് പകരം മറ്റൊരാൾക്ക് നമ്മുടെ മനസ്സിൽ സ്ഥാനം ഇല്ലാത്തുകൊണ്ടാവാം.

നല്ല പ്രവൃത്തികൾ ചെയ്യുക. മനുഷ്യജീവിതം സഫലമാകണമെങ്കിൽ ബോധപൂർവ്വം സ്വാർത്ഥതയെ ഒഴിവാക്കേണ്ടിയിരിക്കുന്നു. “ഞാനും എന്റേതുമെന്ന” ഭാവനകൾ പോകണമെങ്കിൽ മറ്റുള്ളവരെ സഹായിക്കുന്ന പ്രവൃത്തികൾ ശ്വാസോച്ഛ്വാസം പോലെ സ്വഭാവികമായിത്തീരണം.

വ്യക്തികളെന്ന നിലയിലും വ്യക്തികൾ ചേർന്നുള്ള കൂട്ടായ്മകളിലും വീഴ്ചകളുണ്ടാവാം. തെറ്റും കുറ്റവും കാണും. ഓരോ പുലരിയും രണ്ടാമൂഴമാണ്. ഇന്നലെകളിലെ തെറ്റ് തിരുത്താൻ നമുക്ക് കിട്ടുന്ന രണ്ടാമൂഴം.

തെറ്റ് എന്നത് ജീവിതമെന്ന പുസ്തകത്തിലെ ഒരു പേജ് മാത്രമാണ്! ആവശ്യമായി വന്നാൽ തെറ്റെന്ന ഒരു പേജിനെ എടുത്തുമാറ്റാം. ആ ഒരു പേജിനായി ജീവിതമെന്ന മുഴുവൻ പുസ്തകത്തേയും വലിച്ചെറിയരുത്. തെറ്റുകൾ തിരുത്താനുള്ള സന്നദ്ധത

യും, ബോധപൂർവ്വമായ ശ്രമങ്ങളും മനുഷ്യന്റെ ശ്രേഷ്ഠത വർദ്ധിപ്പിക്കുന്നു. ഏതൊരുമനുഷ്യനുംവേണ്ട അത്യാവശ്യ ഗുണങ്ങളിൽ ഒന്ന് വിനയഭാവമാണ്. വിനയം നമുക്ക് പല പൂട്ടുകളും പൊളിച്ച് അകത്തുകടക്കാനുള്ള താക്കോലായി മാറുന്നു. മറ്റുള്ളവരെ തന്നിലേക്ക് ആകർഷിക്കുന്നതോടൊപ്പം നന്മയുള്ള വ്യക്തിത്വത്തിന്റെ ഒരു പ്രധാനഘടകമാണ് വിനയം എന്നത്. നമുക്കെന്തെല്ലാം ഗുണങ്ങളോ പദവികളോ നേട്ടങ്ങളോ ഉണ്ടെങ്കിലും എളിമയില്ലെങ്കിൽ അവയൊന്നും വേണ്ടത്ര ഗുണം ചെയ്തുവെന്നു വരില്ല. എന്തൊക്കെ കുറവുകളും പിഴവുകളും ഉണ്ടെങ്കിലും വിനയമെന്ന സ്വഭാവഗുണം നമ്മിലുണ്ടെങ്കിൽ അവയെല്ലാം മറികടക്കാനും ഏതു ലക്ഷ്യം നേടുവാനും നമ്മെ പ്രാപ്തരാക്കും.

ഓരോ അനുഭവങ്ങളും ഓരോ തിരിച്ചറിവുകളാണ്, ഓരോരുത്തരും ഓരോ പാഠപുസ്തകങ്ങളും. നാളെകൾ ഇനിയും വരും. പക്ഷേ അവയൊന്നും ഇന്നലെകളെപോലെ ആവില്ല.

ഒരു നുണ മറയ്ക്കാൻ മറ്റൊരു നുണ പറയുമ്പോൾ ഓർക്കുക, നമുക്ക് തിരിച്ചുപിടിയ്ക്കാൻ പറ്റാത്ത ഒന്നുണ്ട്, 'വിശ്വാസം', അതാവും നഷ്ടമാവുക.

സന്തോഷമായാലും ദുഃഖമായാലും ആഘോഷിക്കാൻ കാത്തിരിക്കുന്നവരാണ് മനുഷ്യസമൂഹം. ആഘോഷം എന്നാൽ അത് ലഹരിയല്ലാതെ മറ്റൊന്നുമല്ലതാനും. ഇത്തരം ആഘോഷവസരങ്ങളെ ലഹരിവേളകളാക്കി മാറ്റുന്നവരൊക്കെ അവരെ ആശ്രയിച്ചു കഴിയുന്നവരെക്കുറിച്ച് ചിന്തിക്കാറില്ല.

ആഴമുള്ള ബന്ധങ്ങളിൽ ലഹരിയുടെ ഒഴുക്കല്ല ഉണ്ടാകേണ്ടത്. തിരുത്താനുള്ള തന്റേടവും ജീവിതത്തോടുള്ള ലഹരിയുമാണ് വേണ്ടത്. ആഘോഷവേളകളിൽ നമ്മോടൊപ്പമുണ്ടായിരുന്ന ആരും സങ്കടവേളകളിൽ കൂടെ കാണില്ല എന്നോർക്കുക.

ഓരോ ജീവിതവും ഓരോ സന്ദേശമാകണം. സന്മാർഗ സഞ്ചാരത്തിന്റേയും പുനഃരവലോകനത്തിന്റേയും ചുറ്റും നിന്ന് നിങ്ങളെ നോക്കി വളരുന്നവർക്കെങ്കിലും ആവേശവും പ്രചോദനവും ആകണം. അവനവനോടും കൂടപ്പിറപ്പുകളോടുമുള്ള ബഹുമാനത്തേക്കാൾ വലുതാകരുത് സൗഹൃദത്തിന്റെ ഒരു സാക്ഷ്യവും.

എല്ലാ ദുശ്ശീലങ്ങൾക്കും ഒരു ന്യായീകരണം ഉണ്ടാകും. ജീവൻ നഷ്ടപ്പെടുത്തിയിട്ട് ജീവിതത്തെ എന്ത് ന്യായീകരിക്കാൻ? ചുവപ്പ് ലൈറ്റ് കത്തിനിൽക്കുമ്പോഴും മുന്നോട്ട് വണ്ടിയോടിക്കാ

നുള്ള പ്രേരണ എവിടെനിന്നെങ്കിലും ലഭിക്കുന്നുണ്ടെങ്കിൽ ആ പ്രേരകശക്തികളെ ഉപേക്ഷിച്ചേ മതിയാകു.

നിശ്ചയദാർഢ്യം വളർത്തിയെടുക്കുക!

സ്വന്തം നിലയിൽ ശരിയായ തീരുമാനങ്ങൾ എടുക്കാൻ കഴിയുന്ന ഒരു നിശ്ചയദാർഢ്യം വളർത്തിയെടുക്കേണ്ടത് നിർബ ന്ധമാണ്. മറ്റുള്ളവരുടെ അഭിപ്രായമനുസരിച്ച് തീരുമാനങ്ങൾ എപ്പോഴും മാറ്റിമറിക്കരുത്. മറ്റുള്ളവർ തട്ടുമ്പോൾ നിന്നുകൊടു ക്കുന്ന ഒരു കളിപ്പാവയായി നാം അധഃപതിക്കാനും പാടില്ല.

നെല്ലും പതിരും, കളയും വിളയും, നന്മയും തിന്മയും തിരി ച്ചറിഞ്ഞ് വിവേകത്തോടെ പ്രവർത്തിക്കുമ്പോൾ ശരിയായ തീരു മാനങ്ങൾ പിറക്കുകയും, വിജയം കൈവരിക്കുകയും ചെയ്യും. തണ ലായവർ തളരുമ്പോൾ തുണയാകാൻ മടിക്കരുത്. കാരണം, തളരു ന്നൊരു കാലംവരും എല്ലാവർക്കും.

“റബ്ബ് സുബ്ഹാന ഹുവത ആല” നാമേവരേയും ഇഹപര വിജയികളിൽ ഉൾപ്പെടുത്തട്ടെ! ലോകത്താകമാനം സമാധാന അന്ത രീക്ഷം നിലനിർത്തി അനുഗ്രഹിക്കട്ടെ!

ആമീൻ യാ റബ്ബൽ ആലമീൻ എന്ന്

വാർദ്ധക്യവും മരണവും ഒരു സത്യമാണ്. മാനസ്സികമായി അല്പം തയ്യാറെടുപ്പ് നടത്തിയാൽ ആത്മവിശ്വാസത്തോടെ അതി നെ നേരിടാൻ കഴിയും. അതെങ്ങനെയെന്നുള്ളതാണ്; പ്രായമേറു ന്തോറും നമുക്ക് വേണ്ടപ്പെട്ടവരുടെ എണ്ണം കുറഞ്ഞുകൊണ്ടേയി രിക്കും, മാതാപിതാക്കളും അതിനുമുമ്പുള്ള തലമുറയുമൊക്കെ യാത്രയായി, സമകാലികരായ പലരും ക്ഷീണിതരും അവശരും ഒക്കെയായി ഒതുങ്ങിക്കൂടി, യുവതലമുറയ്ക്ക് അവരുടെ ജീവിത പ്രശ്നങ്ങളുടെ തിരക്കുമൂലം മാതാപിതാക്കളുടെ കാര്യങ്ങൾ നോക്കാൻ സമയവുമുണ്ടാകണമെന്നില്ല. ഈ ഘട്ടത്തിൽ പലരു ടെയും ജീവിതപങ്കാളിയും പ്രതീക്ഷിക്കുന്നതിനു മുൻപ് കടന്നു പോയെന്നു വരാം. അപ്പോഴാണ് ഏകാന്തതയും ശൂന്യതയും പിടി മുറുക്കുന്നത്. അതുകൊണ്ടു ആദ്യത്തെ പാഠം ഇതാണ്; ഏകാന്ത തയെ സ്നേഹിച്ചു ഒറ്റയ്ക്ക് സന്തോഷമായി ജീവിക്കാൻ പഠിക്കാം.

വാർദ്ധക്യമേറുന്തോറും സമൂഹം നിങ്ങളെ മറന്നുതുടങ്ങും. ഏതുമഹാനായിരുന്നാലും, വയസ്സായി കഴിഞ്ഞാൽ നിങ്ങൾ മറ്റു വൃദ്ധരിൽ ഒരുവനായിക്കഴിഞ്ഞു. ഇതുവരെയുണ്ടായിരുന്ന പ്രശ സ്തി വലയമെല്ലാം ഇല്ലാതാകും. മറ്റുള്ളവർക്ക് മുൻഗണന കൊടു

ത്തുകൊണ്ട് ഒരുമൂലയിലേക്ക് മാറിനിൽക്കാൻ മാനസ്സികമായി തയ്യാറെടുക്കണം. കഴിയുമെങ്കിൽ പിന്നാലെ വരുന്നവരുടെ ആരവവും, കാഴ്ചപ്പാടുകളും കൗതുകത്തോടെ നോക്കിക്കാണുക. മുറുമുറുപ്പും അസൂയയുമൊക്കെ അതിജീവിക്കുന്നവർ ഭാഗ്യവാന്മാർ ഇതാണ് രണ്ടാമത്തെ ഏറ്റവും വലിയ പാഠം.

തുടർന്നുള്ള ജീവിതം ആരോഗ്യപ്രശ്നങ്ങളുടെ കാലമാണ്. വീഴ്ച, ഒടിവ്, ഹൃദയധമനികൾക്കും തലച്ചോറിനും ഉണ്ടാകാവുന്ന ക്ഷതങ്ങൾ, ക്യാൻസർ അങ്ങനെ തടുക്കാൻ കഴിയാത്ത രോഗങ്ങളും അസുഖങ്ങളുമൊക്കെ ഒഴിവാക്കാനാവാത്ത കൂട്ടുകാരെപ്പോലെ കൂടെകൂടും. രോഗങ്ങളൊന്നും അലട്ടാത്ത ശാന്തസുന്ദരമായ വാർദ്ധക്യം സ്വപ്നം കാണുന്നത് വെറുതെയാണ്. മിതമായ വ്യായാമങ്ങളൊക്കെ കൃത്യമായി തുടർന്ന് മുറുമുറുപ്പും പിണക്കങ്ങളുമില്ലാതെ ശിഷ്ടജീവിതത്തെ സന്തോഷത്തോടെ വരവേൽക്കാൻ നിങ്ങൾക്കാകുമെങ്കിൽ വാർദ്ധക്യം അനുഗ്രഹമാകും.

അറുപതിനുശേഷമുള്ളയാത്രയിൽ വഞ്ചകരും തട്ടിപ്പുകാരും അവസരം പാർത്തിരിക്കും. പ്രായമായവർക്കു ധാരാളം സമ്പാദ്യവും ആസ്തിയുമുണ്ടാകുമെന്നു ഇക്കൂട്ടർക്ക് നല്ലവണ്ണം അറിയാം. അതുകൊണ്ടുതന്നെ അത് തട്ടിയെടുക്കാനുള്ള തന്ത്രങ്ങൾ നിരന്തരം ഇവർ മെനഞ്ഞുകൊണ്ടേയിരിക്കും. വിവിധതരം ഉത്പന്നങ്ങൾ, പെട്ടെന്ന് പണമുണ്ടാക്കാനുള്ള കുറുക്കുവഴികൾ, ആയുസ്സുകൂട്ടാനും, അസുഖങ്ങൾ മാറ്റാനുമുള്ള ഒറ്റമൂലികൾ, ഒന്നും നടക്കുന്നില്ലെങ്കിൽ അത്ഭുത രോഗശാന്തി പോലുള്ള ആത്മീയ തട്ടിപ്പുകൾ! സൂക്ഷിക്കുക, പണം ബുദ്ധിപൂർവ്വം കൈകാര്യം ചെയ്യുക.

അമ്മയുടെ സമീപത്തേക്കു പിറന്നുവീണ നിങ്ങൾ അനവധി ജീവിതാനുഭവങ്ങളിൽക്കൂടെ കടന്നുവീണ്ടും മറ്റുള്ളവർ ശുശ്രൂഷിക്കേണ്ട അവസ്ഥയിലേക്കെത്തിയിരിക്കുന്നു. ഒരു വ്യത്യാസം മാത്രം. അന്ന് നിങ്ങളെ സ്നേഹത്തോടെ പരിചരിക്കാൻ അമ്മയുണ്ടായിരുന്നെങ്കിൽ ഇന്ന് ആരുംതന്നെ അടുത്ത് ഉണ്ടാകണമെന്നില്ല. ഏതെങ്കിലും ഐ.സി.യു.വിൽ ഒരു ബന്ധവുമില്ലാതെ ഏതെങ്കിലും ഒരു നഴ്സായിരിക്കും ഒരുപക്ഷെ അവസാന നാളുകളിൽ നിങ്ങളെ പരിചരിക്കുന്നത്. പരാതികളില്ലാതെ എല്ലാത്തിനും നന്ദിയുള്ളവരാകാൻ ശ്രമിക്കുക.

പ്രായമായെന്നു കരുതി മറ്റുള്ളവരേക്കാൾ അറിവുള്ളവരും ശ്രേഷ്ഠരുമാണെന്നു കരുതരുത്. മറ്റുള്ളവരുടെ പ്രശ്നങ്ങളോ, നിങ്ങളുടെ മക്കളുടെയോ കൊച്ചുമക്കളുടെയോ പ്രശ്നങ്ങളോ തലയി

ലേറ്ററുത്. അനാവശ്യമായി ആരുമായും വാഗ്വാദത്തിലേർപ്പെടരുത്. അത് മറ്റുള്ളവരെ മുറിവേൽപ്പിക്കുന്നതിനോടൊപ്പം നിങ്ങളെയും മാനസ്സിക പിരിമുറുക്കത്തിലെത്തിക്കും. ഗർവ്വും അഹങ്കാരവും ഒഴിവാക്കി പഠിക്കണം. പ്രായമാകുന്തോറും അന്യരെ ബഹുമാനിക്കുന്നതിനും സ്വയം ബഹുമാനിക്കപ്പെടുന്നതിന്റെയും പ്രാധാന്യം തിരിച്ചറിയാൻ സാധിക്കണം. ജീവിതത്തിന്റെ അവസാനകാലത്തു ലൗകിക ബന്ധങ്ങളോടുള്ള കെട്ടുപാടുകളില്ലാതെ നിർമലരായിരിക്കാൻ മാനസ്സികമായി തയ്യാറെടുക്കണം. ജീവിതയാത്ര സ്വാഭാവികമായ ഒഴുക്കാണ്. സമചിത്തതയോടെ അത് ജീവിച്ചു തീർക്കുക.

അമിതമായി സമ്പാദിക്കാനുള്ള ആർത്തി ഒഴിവാക്കുക. ആർക്ക് വേണ്ടിയാണിതെല്ലാം എന്ന് നാം നമ്മോടുതന്നെ ചോദിക്കുക, വിഡ്ഢിത്തമാണെന്ന് മനസ്സിലാകും! നമുക്കുവേണ്ടി നാം അന്തസ്സായി ജീവിക്കുക. അവിടെ പിശുക്ക് കാണിക്കരുത്. സമ്പാദിച്ചു വെച്ചതിൽ നിന്ന് ഒരു രൂപ നാണയംപോലും കൈകൊണ്ട് സ്പർശിക്കാൻ കഴിയാത്ത ഒരവസ്ഥ പെട്ടെന്ന് വന്നേക്കാം. സമ്പാദ്യം മറ്റുള്ളവർ പങ്കുവെച്ച് എടുക്കുന്നതും ദുർവ്യയം ചെയ്യുന്നതും നോക്കി കാണാനേ നമുക്ക് ദുഃഖത്തോടെ അപ്പോൾ കഴിയൂ, ചിലപ്പോൾ നാം ഭൂമിയിൽ ഉണ്ടായെന്നും വരില്ല.

യാത്രയുടെ അവസാനമെത്തുമ്പോഴേക്കും പ്രകാശം മങ്ങി മങ്ങി ഇരുട്ടുമൂടിത്തുടങ്ങും. മുൻപോട്ടുള്ള വഴി അവ്യക്തമാകാൻ തുടങ്ങും. തുടർന്നുള്ള യാത്രയും ദുഷ്ക്കരമാവും. അതുകൊണ്ടു അറുപതിലെത്തുമ്പോൾ തന്നെ നമുക്കുള്ളതിലൊക്കെ സന്തോഷിക്കാൻ പഠിക്കണം. ജീവിതം ആഘോഷിക്കാൻ തുടങ്ങണം. എല്ലാ ആശകളും പൂർത്തീകരിച്ച് തൃപ്തിയായി ജീവിച്ചാൽ അത് കാര്യം. ഇവിടെ മരിച്ചു പോയവരെക്കുറിച്ച് ഒരു തിരിഞ്ഞുനോട്ടം നടത്തുക! നല്ലപോലെ ആസ്വദിച്ച് ജീവിച്ചവൻ ബുദ്ധിമാൻ! അല്ലാതെ ഭാര്യയ്ക്ക് ഇഷ്ട ആഹാരമോ വസ്ത്രമോ വാങ്ങിക്കൊടുക്കാതെ പണശേഖരം നടത്തുകയല്ല വേണ്ടത് എന്നോർക്കുക.

ജീവിതത്തിൽ വളരെ വൈകിയിട്ടാണെങ്കിലും ഞാൻ മനസ്സിലാക്കിയ ചില കാര്യങ്ങൾ. 'ഞാൻ', 'എന്റെ' എന്നീ വാക്കുകൾ എത്ര കുറച്ചു ഉപയോഗിക്കുന്നുവോ അത്രകണ്ടു നാം വിനയമുള്ളവരാകുന്നു. ക്ഷമയോടും, വിനയത്തോടേയും പെരുമാറുമ്പോൾ മറ്റുള്ളവർ നമ്മെ സ്നേഹിക്കുകയും ബഹുമാനിക്കുകയും ചെയ്യുന്നു. തന്റെ നേട്ടങ്ങളും, കഴിവുകളും, യോഗ്യതകളും നമ്മൾ പറയുമ്പോൾ അത് കേൾക്കുന്നവർ നമ്മെ വിലകുറഞ്ഞ മനുഷ്യനായി

കരുതുന്നു. നമ്മൾ പറയാതെ മറ്റുള്ളവർ അത് മനസ്സിലാക്കിയാൽ നമ്മൾ ബഹുമാനിക്കപ്പെടുന്നു. അഹങ്കാരത്തോടെയും, അഹംഭാവത്തോടെയും പെരുമാറിയാൽ മറ്റുള്ളവർ നമ്മെ വെറുക്കുന്നു. ജീവിതത്തിൽ പ്രധാനപ്പെട്ട കാര്യങ്ങൾ വളരെ ആലോചിച്ചു വേണ്ടപ്പെട്ടവരോട് അഭിപ്രായം ചോദിച്ചു ക്ഷമയോടെ തീരുമാനിച്ചാൽ പിന്നീട് പശ്ചാത്താപിക്കേണ്ടി വരില്ല.

ഏത് വിജയത്തിന് പിന്നിലും സമർപ്പണം അത്യാവശ്യമാണ്. സമർപ്പണം എന്നാൽ ആ വിഷയത്തിലേക്ക് കണ്ണും കാതും മനസ്സും തുറന്നുവെക്കലാണ്. ഒരു വിജയവും യാദൃശ്ചികമായി വരുന്നതല്ല. ലക്ഷ്യബോധത്തോടെ ദീർഘകാലത്തെ പ്രയത്നം ഏതു രംഗത്തെയും മികവിന് പിന്നിൽ ഉണ്ടാകും. ജീവിതത്തിൽ ഇന്ന ഇന്ന കാര്യങ്ങൾ സംഭവിക്കും എന്ന് ഓർത്ത് ഇപ്പോഴെ പേടിച്ചു തുടങ്ങേണ്ടതുണ്ടോ? നിലവിൽ ഉള്ള ജീവിതാവസ്ഥയെ വരിച്ചാണ് ഓരോരുത്തരും കഴിയേണ്ടത്.

ജീവിതത്തിൽ വന്നുപോയവയും വരാനിരിക്കുന്നവയും ചേർന്ന് നിലവിലെ ജീവിതത്തിന്റെ സൗന്ദര്യം നശിപ്പിക്കാൻ ഇട വരുത്തരുത്. ഓർമ്മകളുടെയും ഭാവനകളുടെയും തടവറയിൽ ജീവിക്കുന്നവർക്ക് നേർക്കാഴ്ചകൾ ആസ്വദിക്കാനാവില്ല. ഓർമ്മകളിൽ ഒരാളും മധുരനിമിഷങ്ങളിലൂടെ ആവില്ല കടന്ന് പോകുന്നത്. പരിഹരിക്കാനാവാത്തവിധം വലുതല്ല ഒരു പ്രതിസന്ധിയും. ഓരോന്നിനേയും അതതിന്റെ സമയത്തും സാഹചര്യത്തിലുമാണ് നേരിടേണ്ടത്. വെള്ളപ്പൊക്കം വരുമെന്നുകരുതി ഇപ്പോൾ മുതൽ മുണ്ട് പൊക്കിപ്പിടിക്കേണ്ട കാര്യമില്ലല്ലോ?

മുൻധാരണകളോ വിചിന്തനങ്ങളോ ഉള്ളതിന്റെ പേരിൽ മാത്രം എല്ലാ കാര്യങ്ങളേയും നേരിടാൻ കഴിയില്ല. ഓരോന്നിനേയും അതിനെ അഭിമുഖീകരിക്കുമ്പോൾ അതിന്റെ എല്ലാ മികവോടും പൂർണ്ണതയോടും കൂടി നേരിട്ടാൽ മതിയാകും. ഫുട്ബോൾ കളിക്കുന്ന വ്യക്തി പരിശീലനം നേടുന്നത് പന്തടക്കത്തിലും കളിയുടെ തന്ത്രങ്ങളിലുമാകും. ഒരു കളിയും മുൻകൂട്ടി പ്രവചിച്ച് പരിശീലിക്കാനാകില്ല.

പലപ്പോഴും പലരുടേയും ജീവിതംതന്നെ മാറിമറിയുന്നത് നമ്മുടെ ചില തീരുമാനങ്ങളുടെ പാകപ്പിഴവ് കൊണ്ടായിരിക്കും. പൂവിന്റെ ഭംഗി കൊണ്ടല്ല അതിൽ തേനുണ്ടെന്നറിഞ്ഞിട്ടാണ് ശലഭങ്ങൾ തേടിയെത്തുന്നത്. ആരുടേയും ബാഹ്യഭംഗി കണ്ടിട്ടല്ല നല്ല മനസ്സ് കണ്ടിട്ടാണ് സൗഹൃദങ്ങൾ തേടിയെത്തേണ്ടത് എന്ന് മന

സ്സിലാക്കുക. ഈ ലോകത്ത് പ്രശ്നങ്ങളില്ലാത്ത ആരുമില്ല. പ്രശ്ന ങ്ങളിലേക്ക് നോക്കി, വിധിയാണെന്ന് പറഞ്ഞുസമയം പാഴാക്കാ തെ, പരിഹാരങ്ങളിലേക്ക് നോക്കി മുന്നോട്ട് പോകുവാൻ ശ്രമിക്കുക.

ഒരു ചെടിയിൽ വിടരുന്ന പൂവുപോലെയും ഒരു ഞൊടി യിൽ വിടരുന്ന പുഞ്ചിരിപോലെയും ജീവിതത്തിന് ചാരുതപകര ണം. എത്ര പ്രാവശ്യം വീണാലും പോരാട്ടവീര്യത്തിന്റെ കരുത്തിൽ പൊരുതിനേടാമെന്ന അചഞ്ചലമായ വിശ്വാസത്തിന്റെ നിശ്ചയ ദാർഢ്യമുണ്ടാകണം. ജീവിതയാത്രയിൽ വന്നുചേരുന്ന അവസര ങ്ങളെല്ലാം ആ വഴിയിലെ വിളക്കുമാടങ്ങളാണ്, ആ അവസരങ്ങളെ നാം ഒരിക്കലും അവഗണിക്കരുത്. നമുക്കാവശ്യമായ കാര്യങ്ങൾ മറ്റാരുടെയും പ്രോത്സാഹനം കൂടാതെതന്നെ ചെയ്തുതീർക്കുവാൻ, നമ്മളെത്തന്നെ പ്രോത്സാഹിപ്പിക്കുന്ന പ്രക്രിയയാണ് സെൽഫ് മോട്ടിവേഷൻ - സ്വയം പ്രചോദനം. സ്വയം പ്രോത്സാഹിപ്പിക്കാ നുള്ള വിവിധ വഴികൾ നമ്മൾ പല മോട്ടിവേഷൻ ക്ലാസ്സുകളിലും കേട്ടിട്ടുണ്ടാവും. അവയിൽ ചിലത് താഴെ പറയുന്നു.

നമ്മുടെ ജീവിതത്തിന് എപ്പോഴും ഒരു ലക്ഷ്യമുണ്ടായിരി ക്കണം. ആ ലക്ഷ്യത്തിലേക്കെത്താൻ നമ്മൾ എന്തൊക്കെ ചെയ്യേ ണ്ടതുണ്ട്, എങ്ങനെയൊക്കെ പ്രവർത്തിക്കേണ്ടതുണ്ട്, അതിന് തട സ്സമായി നിൽക്കുന്ന ഘടകങ്ങൾ എന്തൊക്കെയാണ്, എന്നതിനെ ക്കുറിച്ചൊക്കെ വ്യക്തമായ ഒരു ധാരണ ഉണ്ടായിരിക്കുക. കഴിയു മെങ്കിൽ ഇതൊക്കെ ഒരു നോട്ടുബുക്കിൽ കുറിച്ച് വെക്കുന്നത് നന്നാ യിരിക്കും.

സ്വയം അറിയുക. നമ്മൾ ഒരു ലക്ഷ്യമുണ്ടാക്കിയതുകൊ ണ്ടോ, അല്ലെങ്കിൽ കുറെ സ്വപ്നങ്ങൾ കണ്ടതുകൊണ്ടോമാത്രം ഒന്നുമാവില്ലല്ലോ. അതിലേക്കെത്താൻ പരിശ്രമിക്കുക എന്നതാണ് അടുത്തവഴി. അതിനായി നമ്മൾ നമ്മളെത്തന്നെ മനസ്സിലാക്കുക യും, പ്രചോദിപ്പിക്കുകയും, പ്രശംസിക്കുകയും ചെയ്യുക. നമുക്ക സാധ്യമായി ഒന്നും തന്നെയില്ല എന്നറിയുക.

രാവിലെ ഉണർന്നയുടൻ, നമ്മൾ നമ്മളെത്തന്നെ ഒന്നു പുക ഴ്ത്തുക. ചിരിച്ചു തള്ളേണ്ട, ഒരു മൂന്നുദിവസം ആത്മാർത്ഥമായി ഇങ്ങനെയൊന്നു ചെയ്തുനോക്കൂ. നമ്മുടെ ആത്മധൈര്യവും ഉന്മേ ഷവും വർദ്ധിക്കുന്നത് അനുഭവിച്ചറിയാം.

പ്രവർത്തിക്കുക! മടികൂടാതെ പ്രവർത്തിക്കുക എന്നതാണ് ഇവിടുത്തെ ഏറ്റവും വലിയ വെല്ലുവിളി. മടിയില്ലാതെയാവാൻ നമ്മൾ എപ്പോഴും നമ്മുടെ ലക്ഷ്യത്തെക്കുറിച്ചും, ആ ലക്ഷ്യത്തിൽ

മ്പാൾ നമുക്കുണ്ടാവുന്ന നേട്ടങ്ങളെക്കുറിച്ചും ഓർക്കുക. ര നമുക്കുണ്ടായ നല്ല അനുഭവങ്ങളെക്കുറിച്ചോർക്കുക. ആ ലക്ഷ്യം നേടിയില്ലെങ്കിൽ നമുക്കുണ്ടായേക്കാവുന്ന നഷ്ടങ്ങളെക്കുറിച്ചോർക്കുക. അപ്പോൾ പ്രവർത്തിക്കാതെയിരിക്കാൻ നമുക്ക് കഴിയാതെയാവും. ആത്മവിശ്വാസം വളർത്തുക. നമ്മുടെ ധൈര്യം നമ്മുടെ മനസ്സിലാണ്. നമ്മെക്കാൾ നമ്മുടെ മനസ്സ് അറിയുന്നവരായി വേറെയാരുമില്ല. നമുക്ക് എന്തില്ല എന്ന് ചിന്തിക്കുന്നതിനേക്കാൾ, നമ്മുക്ക് എന്തൊക്കെയുണ്ട് എന്ന് ചിന്തിക്കാൻ പഠിക്കുക. മറ്റുള്ളവർ എന്ത് പറയുമെന്നതിൽ ശ്രദ്ധ ചെലുത്താതിരിക്കുക. നമ്മുടെ ലക്ഷ്യം നമുക്ക് വേണ്ടിയുള്ളതാണ്. തെറ്റുകളുണ്ടാവുമ്പോൾ തളരാതെ, അതിൽ നിന്നും ശരിയായ വഴികൾ വികസിപ്പിച്ചെടുക്കാൻ പഠിക്കുക.

നമ്മളെക്കാൾ നന്നായി നമ്മെ പ്രോത്സാഹിപ്പിക്കാൻ വേറെ ആർക്കാണ് കഴിയുക?. അങ്ങനെ കിട്ടുന്ന ഫലം നൂറുശതമാനവും ആത്മസംതൃപ്തി നൽകുമെന്നതിൽ സംശയിക്കേണ്ടതില്ല. അപരിചിതരിൽ നിന്നും പരിചിതരായി മാറിയ നല്ല കൂട്ടുകാർ ചിലപ്പോൾ രക്തബന്ധത്തേക്കാൾ വലുതായിരിക്കും. നമ്മൾ പറയുന്ന സത്യത്തെക്കാളും നമ്മളെക്കുറിച്ച് വേറൊരാൾ പറയുന്ന കള്ളമാണ് ലോകം വിശ്വസിക്കുക.

നമ്മുടെ ഒരു വിഷയത്തോടുള്ള താൽപര്യമാണ് അത് വിജയകരമോ പരാജയമോ ആക്കുന്നതിൽ പകുതി പങ്ക് വഹിക്കുന്നത്. എല്ലാ കാര്യങ്ങളേയും ശുഭകരമായും പോസിറ്റീവുമായുള്ള ചിന്തകളോടെ കാണുന്ന ഒരു വ്യക്തി ഒരു പ്രവർത്തിയോട് നൂറുശതമാനവും ഇണങ്ങിച്ചേർന്ന് പ്രവർത്തിക്കുന്നു. വിജയിക്കണം എന്ന തീവ്രമായ ആഗ്രഹം ഉണ്ടാവുമ്പോൾ അതിനായി തീവ്രമായി പരിശ്രമിക്കും. തനിക്കുമുന്നിൽ വരുന്ന വെല്ലുവിളികളിൽ എല്ലാത്തിലും ഏതെങ്കിലും തരത്തിലുള്ള ഒരു ന്യൂനതകൾ കണ്ടുപിടിക്കുന്നവർ എന്നുമെവിടെയുമെത്തുന്നില്ല.

സാഹചര്യമനുസരിച്ച് ജീവിക്കുന്നവൻ എവിടെപോയാലും വിജയിയാവും. 'ചേരയെ തിന്നുന്ന നാട്ടിൽ എത്തിയാൽ അതിന്റെ നടുക്കണ്ടംതന്നെ തിന്നണം' എന്ന ചൊല്ലിൽ കാര്യം വ്യക്തമാണ്. ഇന്നുള്ള ജീവിതത്തിൽ നമുക്കുമുന്നിൽ വരുന്ന വെല്ലുവിളികളെ ഏറ്റെടുത്ത് അതിൽ വിജയിക്കണമോ അതോ സ്വയം പിന്മാറണമോ എന്ന് തീരുമാനിക്കുന്നത് നമ്മുടെ ധീരമായ മനോഭാവമാണ്. അറിവുള്ളവനാകാൻ അറിഞ്ഞു ജീവിച്ചാൽ മാത്രം മതി. ഓരോ ദിനവും

നൽകുന്ന അനുഭവങ്ങൾ ശ്രദ്ധയോടെ മനസ്സിലാക്കി ജീവിക്കുന്നവനാണ് ഏറ്റവും വലിയ ജ്ഞാനി.

എത്രപഠിച്ചാലും നൂറിൽനൂറ് മാർക്ക് ലഭിക്കാത്ത പാഠമാണ് ജീവിതം. ലോകത്തിലെ ഏറ്റവും ബുദ്ധിമുട്ടുള്ള കാര്യം സ്വന്തം തെറ്റ് മനസ്സിലാക്കുക എന്നതും, അത് സമ്മതിക്കുക എന്നതുമാണ്. വളരെ എളുപ്പമുള്ള കാര്യം, മറ്റുള്ളവരുടെ തെറ്റുകൾ കണ്ടെത്തി അത് പറഞ്ഞുനടക്കുക എന്നതുമാണ്. അഞ്ചു മിനിറ്റ് ആയുസ്സുള്ള ദേഷ്യത്തിന്റെ പേരിൽ പറഞ്ഞുപോകുന്ന വാക്കുകൾ കൊണ്ട് ജീവിതാവസാനം വരെ നിലനിൽക്കേണ്ട സ്നേഹബന്ധങ്ങൾക്ക് കോട്ടം സംഭവിച്ചേക്കാം! എല്ലാവരുടേയും നന്മമാത്രം ആഗ്രഹിച്ചു സ്നേഹിക്കുക. ഒരു പക്ഷെ, മറ്റെല്ലാംതന്നെ നഷ്ടപ്പെട്ടുപോയാലും കൊടുത്ത സ്നേഹം മാത്രം മതിയാവും ഭൂമിയിൽ നിന്ന് വിടപറഞ്ഞു പോകുംവരെ സന്തോഷത്തോടെ ജീവിക്കാൻ.

"ശാന്തിതുല്യം തപോനാസ്തി
ന സന്തോഷാത്പരം പരസുഖം
ന തൃഷ്ണയാഃ പരോ വ്യാധിർ
ന ച ധർമ്മോ ദയാപര" എന്ന് ചാണക്യനീതിയിൽ പറഞ്ഞിരിക്കുന്നു.

മനഃശാന്തിയ്ക്കു തുല്യമായ തപസ്സുവേറെയില്ല. മനഃസംതൃപ്തിയേക്കാൾ വലിയധർമ്മവുമില്ല എന്നാണർത്ഥം.

സംഭവങ്ങളോ പ്രശ്നങ്ങളോ അല്ല, ഇവയോടു വച്ചു പുലർത്തുന്ന നമ്മുടെ മനോഭാവമാണ് അതിജീവനത്തിന്റെ കരുത്ത്.

ആശങ്ക നിറഞ്ഞ ഒരു മനസ്സോടെ ഓരോ നിമിഷവും മുന്നോട്ടു പോവുമ്പോൾ ഒരു മാറ്റവും ഉണ്ടാവില്ലെന്നുമാത്രമല്ല, തന്നിലുള്ള ഊർജ്ജവും നഷ്ടമാവുന്നു. അനുകൂല സാഹചര്യങ്ങളെ ഉപയോഗിക്കുന്നതുപോലെതന്നെ പ്രതികൂല സാഹചര്യങ്ങളെ പ്രതിരോധിക്കാൻ കഴിയുന്നതുമാണ് ജീവിതത്തിന്റെ വിജയം.

സ്വപ്നത്തിന് ബുദ്ധിമുട്ടില്ലാതെ ഉറങ്ങണം
ലക്ഷ്യത്തിന് ഉറങ്ങാതെ ബുദ്ധിമുട്ടണം.
സ്വപ്നങ്ങൾക്കായി ഉറങ്ങുക.
ലക്ഷ്യങ്ങൾക്കായി ഉണരുക.

ജീവിതം നിങ്ങളുടെ ക്ഷമയെ നിരന്തരം പരീക്ഷിച്ചുകൊണ്ടിരിക്കാം. നമുക്ക് പ്രിയപ്പെട്ടവരിൽ നിന്നാകാം അവ കൂടു

തലും. അവ വാക്കുകളാലും പ്രവൃത്തികളാലും ഉണ്ടാകാം. ഓരോ ദിവസവും അവ ക്ഷമയോടെ തരണം ചെയ്ത് മുന്നേറുക. വിജയിയുടെ പിറവിയെന്നാൽ അവഗണനകൾക്കും പരിഹാസങ്ങൾക്കുമൊന്നും മുഖം കൊടുക്കാതെ ഉള്ളിലെരിയുന്ന സ്വപ്നങ്ങളെ യാഥാർത്ഥ്യമാക്കാൻ പരിശ്രമിക്കുകയെന്നാണ്.

പരാജയപ്പെട്ട പരീക്ഷണങ്ങളിൽ പിന്മാറാൻ തയ്യാറല്ലാത്ത മനസ്സ് ഒരു വിജയിയുടെ പിറവിയാണ് എന്ന് കരുതുക. ഒരു വിജയിയെന്നാൽ ഒരു ശതമാനം പ്രചോദനവും തൊണ്ണൂറ്റിയൊമ്പത് ശതമാനം അധ്വാനവും ആണ്.

ഉല്ലാസപൂർവ്വം നടത്തുന്ന കഠിനാധ്വാനങ്ങൾക്കൊടുവിൽ വിജയം പിറക്കും എന്നതിൽ സംശയമില്ല. ജീവിതവിജയത്തിൽ കൃത്യനിഷ്ഠക്ക് വളരെ അധികം പ്രാധാന്യം ഉണ്ട്. ജീവിതത്തിൽ വിജയിച്ച ഭൂരിഭാഗം ആളുകളും സമയത്തിന് വളരെ അധികം പ്രാധാന്യം നൽകിയിട്ടുള്ളവരാണ്. കൃത്യനിഷ്ഠയുടെ വിപരീതം ആണ് അലസത. അലസത ഉള്ളവർ കാര്യങ്ങൾ എല്ലാം പിന്നെ ഒരു സമയത്തേക്ക് മാറ്റിവയ്ക്കുന്നു. അവർ ഒരിക്കലും ജീവിത വിജയം നേടുന്നില്ല.

തന്റെയുള്ളിലെ അനാവശ്യമായ ചിന്തകളും, ആധികളും ഒഴിവാക്കുക എന്നതാണ് മുന്നോട്ടുള്ള വഴി സുഗമമാക്കുന്നത്. സ്വാഭാവികമായും അവ നമുക്ക് മുന്നിൽ പരിധികളും അതിരുകളും സൃഷ്ടിക്കുന്നു. നമ്മുടെ കഴിവിനനുസരിച്ചു പ്രവർത്തിക്കാനും, ലക്ഷ്യത്തിനു തടസ്സമാവുന്ന ഇത്തരം ചിന്തകളെ ബോധപൂർവ്വം തന്നെ അകറ്റിനിർത്തേണ്ടതുണ്ട്.

പ്രയത്നം തുടരുക. കാരണം, തട്ടിവീഴ്ത്താൻ ശ്രമിക്കുന്ന പാറകളെ ചവിട്ടുപടികളാക്കുന്ന രീതി നമുക്ക് സ്വീകരിക്കാൻ കഴിയണം. പ്രതീക്ഷയ്ക്കൊത്ത് ഉയരാൻ കഴിയാതെവന്നാൽ, ആദ്യം ചെയ്യേണ്ടത് ആത്മവിശ്വാസം വീണ്ടെടുത്ത് പ്രയത്നം തുടരുകയാണ്. ഇടയ്ക്കിടെ വീണും, വീണിടത്തുനിന്ന് എഴുന്നേറ്റുമാണ് വിജയിക്കാറുള്ളത്. ഇടയ്ക്ക് ചില തിരിച്ചടികൾ ആർക്കും വരാം!

തെറ്റു തിരിച്ചറിഞ്ഞ്, അതിനെ തിരുത്തി മുന്നേറി വിജയിക്കാൻ തീർച്ചയായും നമുക്ക് കഴിയണം. നിയമം കൊണ്ട് തിരുത്താൻ കഴിയാത്ത പലതും നന്മ കൊണ്ട് തിരുത്തുവാൻ കഴിയും. നിർബന്ധിത വ്യവസ്ഥകളിലൂടെ എല്ലാവരെയും അനുസരിപ്പിക്കാൻ കഴിയുമായിരിക്കും. എന്നാൽ വിധേയപ്പെടേണ്ടി വരുന്നവർക്ക് ഒന്നി

നോടും പ്രതിപത്തി ഉണ്ടാകില്ല. നിയമാനുസൃതമായി ചെയ്യുന്ന തെല്ലാം സംതൃപ്തിയോടെ ചെയ്യുന്നതാവില്ല. അനുസരണക്കേട് കാട്ടിയാൽ ലഭിക്കാൻ സാധ്യതയുള്ള അപകടങ്ങൾ മുൻകൂട്ടി കണ്ടുകൊണ്ടുള്ള സ്വയം വഴങ്ങൽ മാത്രമാകും. ഇവിടെ ഹൃദയം കവരാൻ നിയമത്തിന് സാധിക്കുന്നില്ല.

എന്നാൽ നന്മയുടെ കാര്യം തിരിച്ചാണ്. എവറസ്റ്റ് കീഴട ക്കുന്നതിനെക്കാൾ ബുദ്ധിമുട്ടാണ് ഹൃദയം കീഴടക്കാൻ. ഹൃദയ ത്തിന് നിയമങ്ങൾ ഇല്ല. മൃദുലവികാരങ്ങൾ മാത്രമേയുള്ളൂ. തല ച്ചോറിന്റെ ശാസനകൾക്ക് മുന്നിൽ ഹൃദയത്തിന്റെ ആർദ്രത പരാ ജയപ്പെട്ടാൽ അവിടെ അവസാനിക്കും എല്ലാ ബന്ധങ്ങളും. നിയമം കൊണ്ട് അനുസരിക്കേണ്ടി വരുമ്പോഴും സ്നേഹം കൊണ്ട് അനു സരിക്കേണ്ടി വരുമ്പോഴും ഉളവാകുന്നത് രണ്ട് വികാരങ്ങൾ ആണ്.

ഹൃദയം കീഴടക്കിയ ആളുടെ നിർദ്ദേശങ്ങളെ എങ്ങനെ യാണ് തിരസ്ക്കരിക്കാനാവുക? ഹൃദയത്തോട് ചേർത്ത് നിർത്തുന്ന ആളുകളുടെ മനസ്സ് എത്രദൂരെനിന്നും വായിച്ചെടുക്കാനാകും. ക്ഷമ യെന്നത് മഹത്തായ ഒരു വികാരമാണ്. ലോകത്തിന്റെ നിലനിൽപ്പു പോലും പലരുടെയും ക്ഷമയുടെ ബാക്കിപത്രമാണ്. ജീവിതാനുഭ വങ്ങളുടെ തീച്ചൂളയെ വിജയകരമായി പിന്നിട്ടവരുടെ പല കഥക ളിലും ക്ഷമയുടെ തിളക്കം കാണാം.

എടുത്തുചാട്ടക്കാരേക്കാൾ ഭംഗിയായി കാര്യനിർവ്വഹണ ത്തിൽ വിജയിക്കുക പക്വതയും, ക്ഷമയും കാട്ടുന്നവരാണ്. ക്ഷമ യെന്നത് കയ്പ്പുമരമാണ്, എന്നാൽ അതിൽ വിളയുന്നത് എപ്പോഴും മധുരഫലങ്ങളായിരിക്കും, ക്ഷമയുണ്ടെങ്കിൽ അതിന് ഗുണവുമു ണ്ടാകും. ബന്ധങ്ങൾ രണ്ട് തരമാണുള്ളത്. ചിലർ നിങ്ങളുടെ മുന്നി ലെത്തുന്നത് ഒരു അനുഗ്രഹമായിരിക്കും, എന്നാൽ ചിലർ നമ്മൾ ക്കൊരു പാഠമായിരിക്കും.

“മനസാ ചിന്തിതം കാര്യം
വാചാ നൈവ പ്രകാശയേത്
മന്ത്രവത് രക്ഷയേത്ഗൂഢം
കാര്യേ ചാപി നിയോജയേത്” എന്ന് ചാണക്യനീതിയിൽ പറയുന്നുണ്ട്. ലക്ഷ്യമിട്ട പദ്ധതികൾ പുറത്ത് പറയരുത്, മനസ്സിൽ സൂക്ഷിച്ചു വയ്ക്കുക. അനേകാലം അത് സൂക്ഷിച്ചു വയ്ക്കുക, മാറ്റങ്ങൾ വരുത്തുക, മോടിപിടിപ്പിക്കുക, പിന്നീട് അത് പ്രവൃത്തി പഥത്തിലെത്തിക്കുക. നമ്മുടെ വിജയവും, പരാജയവും നിശ്ചയി

ക്കുന്നത് നാം തന്നെയാണ്. ഏതൊരു വിജയിക്ക് പിന്നിലും നാം അറിയാത്ത ഒരുപാട് പാടുകൾ നമുക്ക് കാണാം; അതെ 'കഷ്ടപ്പാടുകൾ' തന്നെ.

ചെറിയ ആഗ്രഹങ്ങളുള്ളവർ ചെറിയതോതിൽ പ്രവർത്തിക്കുമ്പോൾ വലിയ അഗ്രഹങ്ങളുള്ളവർ തീവ്രമായി പരിശ്രമിക്കുന്നു. അശുഭാപ്തി വിശ്വാസികൾ തന്റെ തോൽവിക്ക് കാരണം ചുറ്റുപാടുകളാണെന്ന് പറഞ്ഞ് സ്വയം ശപിക്കുമ്പോൾ ശുഭാപ്തി വിശ്വാസികൾ നല്ലതുവരും എന്നു പ്രതീക്ഷിച്ച് നിലകൊള്ളുന്നു.

യഥാർത്ഥ വിജയത്തിനായി വിട്ടുവീഴ്ചയില്ലാത്ത ശ്രമം നടത്തികൊണ്ട് തോൽക്കില്ല എന്ന മനസ്സോടെ ലക്ഷ്യത്തിൽ എത്തും വരെയും സർവ്വഊർജ്ജവും അതിനായി കേന്ദ്രീകരിക്കുന്നു. വിജയം എപ്പോഴും കഷ്ടപ്പാടുകളുടെ സന്തതിയാണ് പരിശ്രമിക്കാതെ വിജയം നമ്മുടേതാവില്ലതന്നെ.

കാൽനനയാതെ കടൽ കടന്നവർ ഉണ്ടായിരിക്കും. എന്നാൽ കണ്ണ് നനയാതെ ജീവിതം കടന്നവർ ആരും ഉണ്ടാകില്ല. അകന്നു പോകുന്നവരെല്ലാം എന്തെങ്കിലുമൊക്കെ പ്രതീക്ഷിക്കുന്നവരാണ് എന്നതാണ് സത്യം. ശരിക്കും സ്നേഹിക്കുന്നവർ എന്നും എപ്പോഴും നമ്മുടെ കുറവുകളെ അംഗീകരിച്ചുകൊണ്ട് തന്നെ കൂടെയുണ്ടാകും എന്നതാണ് ശരി.

മനസ്സറിയുന്ന ചിലരെങ്കിലും കൂടെ ഉള്ളതുകൊണ്ടാണ്. മനസ്സു തകരുന്ന വേദനകളിലും നമുക്കു ചിരിക്കാൻ കഴിയുന്നത്. നമ്മുടെ ആഗ്രഹങ്ങൾ ഒരു പക്ഷേ മറ്റുള്ളവർക്ക് തമാശയായി തോന്നാം. എന്നാൽ അവ എത്രമാത്രം വലുതാണെന്ന് നമ്മുക്ക് മാത്രമേ മനസ്സിലാക്കാൻ കഴിയൂ!

സത്യത്തിൽ ഭാര്യക്കൊപ്പം എന്റെ കാമവും നഷ്ടപ്പെട്ടിരുന്നു. പക്ഷേ നിന്നെ കണ്ടപ്പോൾ, അത് കത്തിപ്പടരാൻ ഒരു നിമിഷം വേണ്ട, അവൻ അവളുടെ മുഖത്തുനോക്കിപ്പറഞ്ഞു. ഒരിക്കലും ഒന്നാവില്ലെന്നറിഞ്ഞിട്ടും അറിയാതെ നാമ്പിട്ടുപോയ നിന്നോടുള്ള പ്രണയം. മുറിച്ചുമാറ്റാൻ കഴിയാത്ത അത്രയും ആഴത്തിൽ വേരോടിപ്പോയ ആ പ്രണയത്തിന്റെ നാളെകളെകുറിച്ച് ചിന്തിക്കുമ്പോൾ ഒരാന്തലാണ് ഉള്ളിൽ. നിന്നെ മുറിച്ചുമാറ്റുന്നതും എന്റെ പ്രാണൻ പറിച്ചെടുക്കുന്നതും ഒന്നാണെന്ന് നിനക്കറിയില്ലേ. നീ ഇല്ലാതാവുന്ന അന്ന് ഞാനും അവസാനിച്ചേക്കണേ എന്നുമാത്രമാണ് ആഗ്രഹമെന്ന് മറക്കാതിരിക്കുക. ഞാൻ വായിച്ച പ്രശസ്ത കഥയിൽ കാമുകൻ കാമുകിയോട് പറഞ്ഞതാണ്. സംഭവിക്കാം.

കുതിരകൾ കുടിക്കുന്നെങ്കിൽ ആ ജലം കുടിക്കുക. കുതിര ഒരിക്കലും ദുഷിച്ച ജലം കുടിക്കില്ല. പൂച്ച ഉറങ്ങുന്നിടത്ത് നിങ്ങളുടെ കിടക്ക വിരിക്കുക. ശാന്തമല്ലാത്ത സ്ഥലത്ത് പൂച്ച ഉറങ്ങുകയില്ല.

പുഴു ബാധിച്ച പഴങ്ങൾ കഴിക്കുക. പുഴുക്കൾ വിഷം ചെന്ന പഴങ്ങൾ കടിക്കില്ല. പ്രാണികൾ ഇരിക്കുന്ന കൂൺ ധൈര്യത്തോടെ കഴിക്കുക. വിഷമുള്ള കൂണിൽ പ്രാണികൾ ഇരിക്കില്ല.

മുയലുകൾ കുഴിച്ച കുഴിയിൽ മരം നടാം. മരം തഴച്ചു വളരും. ചൂട് ഒഴിവാക്കാൻ പക്ഷികൾ വിശ്രമിക്കുന്നിടത്ത് ഒരു കിണർ കുഴിക്കുക. നിശ്ചയമായും ജലം ലഭിക്കും.

പക്ഷികൾ ഉറങ്ങുമ്പോൾ ഉറങ്ങുക, ഉണരുമ്പോൾ ഉണരുക. നിങ്ങൾതൊടുന്നതെല്ലാം വിജയിക്കും. കൂടുതൽ സ്വാദുള്ള ഭക്ഷണങ്ങൾ കഴിക്കുക. നിങ്ങൾക്ക് ശക്തമായ കാലുകളും ധൈര്യമുള്ള ഹൃദയവും ഉണ്ടാകും.

ഒരു മത്സ്യത്തെപ്പോലെ വെള്ളത്തിൽ നീന്തുക. ഭൂമിയിൽ നിങ്ങൾ നടക്കുമ്പോഴും മത്സ്യം ജലത്തിലെന്നപോലെ തോന്നും. പലപ്പോഴും ആകാശത്തേക്ക് നോക്കുക. നിങ്ങളുടെ ചിന്തകളിൽ വെളിച്ചവും വ്യക്തതയും ജനിക്കുന്നു.

വളരെ ശാന്തനായിരിക്കുക, കുറച്ച് സംസാരിക്കുക, നിശബ്ദത നിങ്ങളുടെ ഹൃദയത്തിൽ തുടിക്കും. നിങ്ങളുടെ ആത്മാവ് എപ്പോഴും സമാധാനനിർഭരമായിരിക്കും.

ജീവിതത്തിൽ ഒരിക്കലും അഭിനയിക്കാൻ പഠിക്കരുത്. പകരം അഭിനയിക്കുന്നവരെ തിരിച്ചറിയാൻ പഠിക്കണം. ഇല്ലെങ്കിൽ തോൽക്കാൻ മാത്രമായിരിക്കും നമ്മുടെ വിധി. ഒറ്റപ്പെടുത്താനും കുറ്റപ്പെടുത്താനും എളുപ്പമാണ്. കുറ്റപ്പെടുത്തി കണ്ണ് നിറക്കുന്നതല്ല, കൂടെനിർത്തി കണ്ണ് തുടക്കുന്നതാണ് യഥാർത്ഥ സ്നേഹം എന്ന് പറയുന്നത്.

നാം നമ്മുടെ കുട്ടികളോട് സംസാരിക്കുമ്പോൾ ഇടപഴകുമ്പോൾ ധാരാളം കാര്യങ്ങൾ ശ്രദ്ധിക്കേണ്ടതായുണ്ട്. അനുസരണശീലമില്ലാത്തവൻ, നുണയൻ, വൃത്തികെട്ടവൻ, വിഡ്ഢി, കള്ളൻ തുടങ്ങിയ പ്രതിലോമകരമായ വാക്കുകൾ വിളിച്ചു കുട്ടികളെ നിന്ദിക്കുകയും ആക്ഷേപിക്കുകയും ചെയ്യരുത്. ആക്ഷേപവാക്കുകൾ മക്കളുടെ ഹൃദയങ്ങളിലാണ് പതിക്കുന്നതെന്ന് ഓർക്കുക. നായ, കഴുത, പോത്ത് തുടങ്ങി മൃഗങ്ങളുടെ പേരുകളിൽ കുട്ടികളെ വിളിക്കുകയും ആക്ഷേപിക്കുകയും ചെയ്യാതിരിക്കുക.

മക്കളെ മറ്റുള്ളവരുമായി താരതമ്യം ചെയ്യുന്നത് അവരുടെ വ്യക്തിത്വത്തെ ബാധിക്കുകയും തകർക്കുകയും ചെയ്യും. കാരണം, എല്ലാ കുട്ടികൾക്കും അവരുടേതായ കഴിവുകളും മറ്റുള്ളവരിൽ നിന്ന് വ്യത്യസ്തമായ ശേഷികളുമുണ്ടാകും. മറ്റുള്ളവരുമായി അവരെ താരതമ്യം ചെയ്യുന്നത് അവരെ മാനസ്സികമായി തകർക്കുകയും, ആരുമായാണോ താരതമ്യം ചെയ്യപ്പെടുന്നത് അവരെ വെറുക്കാനും ഇടയാക്കുന്നു.

മക്കളെ ഉപാധികൾ വെച്ച് സ്നേഹിക്കരുത്. എന്നുവച്ചാൽ ചില നിശ്ചിത പ്രവർത്തനങ്ങൾ നിർവ്വഹിച്ചതിൽ നിന്നെ എനിക്കിഷ്ടമാകുമെന്ന് പറയുക, നീ ഇത് തിന്നാൽ അല്ലെങ്കിൽ നീ വിജയിച്ചാൽ, അത് ഓർത്തെടുത്താൽ ഞാൻ നിന്നെ ഇഷ്ടപ്പെടും എന്ന് പറയുക, എന്നിങ്ങനെ സ്നേഹത്തിന് ഉപാധികൾ വെക്കുന്നത് കുട്ടികളിൽ അവർ സ്നേഹിക്കപ്പെടുന്നില്ലെന്ന ബോധമുളവാക്കും. ചെറുപ്പത്തിൽ ഇപ്രകാരം സ്നേഹം ലഭിക്കാത്തവർ മുതിർന്നാൽ കുടുംബവുമായുള്ള ബന്ധം നിലനിർത്തുന്നതിൽ താൽപര്യം കാണിക്കുകയില്ല. കാരണം, ചെറുപ്പത്തിൽ അവർ കുടുംബത്തിൽ വെറുക്കപ്പെട്ടവരായിരുന്നു എന്ന ബോധം അവരിലുണ്ടാകും. മുത്തശ്ശനും മുത്തശ്ശിയും ഇപ്രകാരം ഉപാധികൾ വെച്ച് സ്നേഹിക്കുകയില്ലെന്ന കാരണത്താലാണ് കുട്ടികൾ അവരോട് കൂടുതൽ സ്നേഹം കാണിക്കുന്നത്. കുട്ടികൾക്ക് തെറ്റായ വിവരങ്ങൾ പറഞ്ഞുകൊടുക്കുന്നത് അവരുടെ സ്വഭാവത്തിൽ പ്രതിഫലിക്കും.

കുട്ടികളുടെ ആഗ്രഹങ്ങൾക്കും അഭിലാഷങ്ങൾക്കും അനാവശ്യമായി തടസ്സം നിൽക്കുകയും അവരുടെ ചോദ്യങ്ങൾക്ക് തടസ്സം പറയുകയും ചെയ്യാതിരിക്കുക. നിനക്കൊന്നും മനസ്സിലാവില്ല. മിണ്ടാതിരിക്ക് പിശാചേ, നിന്നെക്കൊണ്ട് ഒരു ഉപകാരവുമില്ല തുടങ്ങിയ വാക്കുകളും വർത്തമാനങ്ങളും ഒഴിവാക്കുക. മക്കളെ ഭീഷണിപ്പെടുത്തുന്നതും നിന്നെ ഞാൻ കൊല്ലും, നിന്റെ തല ഞാൻ അടിച്ചു പൊളിക്കും തുടങ്ങി പേടിപ്പിക്കുന്നതും നല്ലതല്ല. അവരുടെ ആവശ്യങ്ങൾ യാതൊരു കാരണവും കൂടാതെ നിരന്തരം നിഷേധിക്കുന്നതും, ആവശ്യങ്ങൾ നിഷേധിക്കുന്നതിനുള്ള കാരണം അവരെ ബോധ്യപ്പെടുത്താതിരിക്കുന്നതും നിഷേധാത്മകമായ സ്വാധീനമായിരിക്കും അവരിൽ ചെലുത്തുക.

നാശം പിടിച്ചവൻ, നിന്നെ ശിക്ഷിക്കും, നിന്നെ ഭൂതം പിടിക്കട്ടെ, മരിച്ചു പോകട്ടെ തുടങ്ങിയ ശാപവാക്കുകൾ കുട്ടികളോട്

ഒരിക്കലും പറയരുത്. കുട്ടികളുടെ രഹസ്യങ്ങൾ പരസ്യമാക്കിയും മറ്റും അവരോട് വിശ്വാസവഞ്ചന കാണിക്കുകയും അരുത്. ഈ പറഞ്ഞ പത്തുകാര്യങ്ങളും മാതാപിതാക്കൾ വളരെ ഗൗരവത്തോടെ മനസ്സിലാക്കേണ്ടതും അനുവർത്തിക്കേണ്ടതുമാണ്.

മറ്റുള്ളവർ എത്ര പ്രകോപിപ്പിച്ചാലും എടുത്തു ചാടാതിരിക്കുക, മുന്നിൽ കാണുന്നതെല്ലാം അവസരങ്ങളാവണമെന്നില്ല ചിലത് ചതിക്കുഴികളാകാം! ചിലപ്പോൾ മറ്റൊരാളെ നശിപ്പിക്കാനിറങ്ങി പുറപ്പെടുമ്പോൾ അത് നമ്മുടെ കൂടി നാശമാകാം.

ഹൃദയബന്ധങ്ങൾ കണ്ണാടിപോലെയാണ് ഉടഞ്ഞാൽ അത് ചേർത്ത് വെയ്ക്കാനാവില്ല. ഇനി ചേർത്ത് വെച്ചാലും മുൻപത്തേ പോലെ ഭംഗി ഉണ്ടാവുകയുമില്ല!

തൊടുക്കുന്നതെല്ലാം ലക്ഷ്യസ്ഥാനം കാണണമെന്നില്ല തുടങ്ങുന്നതെല്ലാം വിജയിക്കണമെന്നുമില്ല. പക്ഷെ, പിന്മാറാതെ നിരാശനാവാതെ വീണ്ടും വീണ്ടും പരിശ്രമിച്ചുകൊണ്ടേയിരിക്കുക. ഒരു നാൾ ലക്ഷ്യം കൈവരിക്കും. ഭൂമിയുടെ യഥാർത്ഥ അവകാശികളായ സഹജീവികളെ പുറത്താക്കി ഭൂമിയെ പകുത്തെടുക്കുന്ന മനുഷ്യന്റെ ആർത്തിയെ കണ്ടില്ലെന്ന് നടിക്കാനാവില്ല.

ഞാനാണ് വലുത് എന്ന ചിന്തയും, ഞാനുമായി ബന്ധിപ്പിച്ച് നിലനിർത്തുന്ന മമതയുമാണ് നമ്മേ ഈശ്വരനിൽ നിന്നും അകറ്റി നിർത്തുക. ലോകത്തെ മുഴുവൻ അനുഭവിക്കുന്നതിനായി അവയെല്ലാം ശാശ്വതമാണെന്ന് ഭ്രമിച്ച നമ്മൾപോലും ശാശ്വതമല്ല എന്നറിയുന്നതിലൂടെ ഞാൻ എന്ന ഭാവത്തെ ത്യജിക്കാൻ സാധിക്കും. ഞാനെന്നഭാവം വിട്ടാൽ പിന്നെ എന്നിൽ നിന്ന് ഉടലെടുക്കുന്ന മമത ഉണങ്ങി നിലംപൊത്തുന്ന ഒരു വൃക്ഷത്തെപ്പോലാണ് എന്നതോർമ്മിക്കുക.

തന്റെ സ്വന്തം കടമകൾ തെറ്റുകളോട് കൂടിയെങ്കിലും നിർവ്വഹിക്കുന്നത്, മറ്റൊരുവന്റെ കർമ്മങ്ങൾ മികച്ച രീതിയിൽ നിർവ്വഹിക്കുന്നതിനേക്കാൾ എത്രയോ ശ്രേയസ്കരമാണ് എന്നോർക്കുക. സ്വന്തം കടമകൾ നിർവ്വഹിക്കാൻ ശ്രമം നടത്തിയിട്ട് പരാജയപ്പെടുന്നതോ മരണപ്പെടുന്നതോപോലും അപരന്റെ കടമകൾ ചെയ്യാൻ ശ്രമിക്കുക എന്ന അപകടകരമായ ഉദ്യമത്തേക്കാൾ എത്രയോ അഭിമാനകരമാണ്!

എന്തിനേറെ പറയുന്നുമാഷേ, പേപ്പട്ടിയെ വരെ കൊല്ലണമെങ്കിൽ വെറ്റിനറി ഡോക്ടറുടെ സർട്ടിഫിക്കറ്റ് വേണം. നോക്കൂ സമൂഹത്തിന് പ്രത്യേക ഉപകാരവുമില്ലാത്ത മൃഗങ്ങളെ സംരക്ഷി

ക്കുകയും ഉപകാരമുള്ള പശുവിനെ കൊല്ലുകയും ചെയ്യുന്നത് നീതിയാണോ? പരിഷ്കൃത സമൂഹത്തിൽ ചിന്തിക്കേണ്ടതാണ്! എന്നുറക്കെ വിശ്വനാഥൻ ചെറിയച്ഛൻ പറയുന്നതുകേട്ട് സാക്ഷാൽ വിശ്വനാഥന്റെ മുന്നിൽ ഞാനിരുന്നു.

നമ്മുടെ ഒരു വിഷയത്തോടുള്ള താൽപര്യമാണ്, അത് വിജയകരമോ പരാജയമോ ആക്കുന്നതിൽ പകുതി പങ്ക് വഹിക്കുന്നത്. എല്ലാ കാര്യങ്ങളെയും ശുഭകരമായും പോസിറ്റീവായുള്ള ചിന്തകളോടെ കാണുന്ന ഒരു വ്യക്തി ഒരു പ്രവർത്തിയോട് നൂറുശതമാനവും ഇണങ്ങിച്ചേർന്ന് പ്രവർത്തിക്കുന്നു. വിജയിക്കണം എന്ന തീവ്രമായ ആഗ്രഹം ഉണ്ടാവുമ്പോൾ അതിനായി തീവ്രമായി പരിശ്രമിക്കും.

തനിക്കുമുന്നിൽ വരുന്ന വെല്ലുവിളികളിൽ എല്ലാത്തിലും ഏതെങ്കിലും തരത്തിലുള്ള ഒരു ന്യൂനതകൾ കണ്ടുപിടിക്കുന്നവർ എന്നുമെവിടെയുമെത്തുന്നില്ല. സാഹചര്യമനുസരിച്ച് ജീവിക്കുന്നവൻ എവിടെ പോയാലും വിജയിയാവും.

ഇന്നുള്ള ജീവിതത്തിൽ നമുക്കുമുന്നിൽ വരുന്ന വെല്ലുവിളികളെ ഏറ്റെടുത്ത് അതിൽ വിജയിക്കണമോ അതോ സ്വയം പിന്മാറണമോ എന്ന് തീരുമാനിക്കുന്നത് നമ്മുടെ ധീരമായ മനോഭാവമാണ്.

"നിന്റെ കരുണ നീ എനിക്ക് അടച്ചുകളയില്ല. നിന്റെ ദയയും സത്യവും എന്നെ നിത്യവും പരിപാലിക്കും" എന്ന് വിശുദ്ധ ബൈബിളിൽ പറഞ്ഞതുതന്നെയാണ്. 'എന്റെ ദയയും സത്യവും കരുതലും നിന്നോടുകൂടെ' എന്നാണ് ഖുറാനിലും പറഞ്ഞിട്ടുള്ളത്. ഇതുതന്നെയാണ് ഗീതയിലും പറഞ്ഞിരിക്കുന്നത്. മനുഷ്യർ അനുഷ്ഠിക്കേണ്ടതായ ഉപവാസത്തിന്റെ സാധാരണഗുണങ്ങൾ ഇവിടെ ചേർക്കാം.

1. ഞരമ്പുകൾക്ക് ശക്തി വർദ്ധിക്കുന്നു.
2. കണ്ണുകളുടെ ശക്തി വർദ്ധിക്കുന്നു.
3. ശരീരത്തിലെ മലിനവസ്തുക്കളെ പുറംതള്ളാൻ പ്രാണന് കൂടുതൽ സമയം കിട്ടുന്നു.
4. രക്തത്തിലെ ചുവന്ന അണുക്കൾ വർദ്ധിക്കുന്നു.
5. ബുദ്ധിവികാസം എളുപ്പമാകുന്നു.
6. ഹൃദയം, വൃക്കകൾ, കരൾ, രക്തം എന്നിവയ്ക്ക് വിശ്രമം കിട്ടുകയും അവയുടെ കാര്യശേഷി വർദ്ധിക്കുകയും ചെയ്യുന്നു.
7. ക്ഷതം സംഭവിച്ച എല്ലുകൾ എളുപ്പം നന്നാക്കപ്പെടുന്നു.

8. അകത്തും പുറത്തുമുള്ള ശരീരവ്യണങ്ങൾ സുഖപ്പെടുന്നു.

അതായത് ശരീരത്തിൽ ഭക്ഷണമില്ലാത്ത അവസ്ഥയിൽ അത് നിർജ്ജീവമായ കോശങ്ങളെ, സെല്ലുകളെ ഭക്ഷിക്കും തന്മൂലം കാൻസർ പോലുള്ള മാരകമായ, ജീവന് ഭീഷണിയുള്ള അസുഖം ശരീരത്തെ ബാധിക്കുന്നില്ല. ഇതിന്റെ മറ്റൊരുവശം എന്തെന്നാൽ, ശരീരത്തിൽ ഭക്ഷണമില്ലാത്ത അവസ്ഥ ഉണ്ടായില്ലെങ്കിൽ ശരീരത്തിലെ നിർജ്ജീവകോശങ്ങൾ നശിക്കാതെ പെരുകി പെരുകി കാൻസർപോലുള്ള അസുഖമായി മാറുന്നുവത്രെ. ശരീരത്തിനാവശ്യമായ ഈ പ്രക്രിയ നടപ്പാക്കണമെങ്കിൽ ഉപവാസം നടപ്പിലാകണമെന്നു പറയുന്നു. ഉപവാസം എത്ര മഹത്വമേറിയതാണെന്നും മനുഷ്യനിലനിൽപ്പിന് അത് എത്ര അത്യന്താപേക്ഷിതമാണെന്നും ഇത് വ്യക്തമാക്കുന്നു.

ചെയ്യുന്ന ജോലിയുടെ അടിസ്ഥാനത്തിൽ ഓരോരുത്തരും ആവശ്യമുള്ള ഭക്ഷണം കഴിക്കുക. ഇടയ്ക്ക് രണ്ടാഴ്ചയിൽ ഒരു ദിവസം ഉപവസിക്കുന്നത് വളരെ നല്ലതാണ്. പക്ഷേ ആരും ഇത് ചെയ്യാറില്ല. ഇവിടെ ഉപവാസങ്ങളും മറ്റും കേവലം മതപരമായ ചടങ്ങിനായി വർഷത്തിലൊരിക്കൽ എല്ലാ മതങ്ങളിലും ആചരിക്കുന്നുണ്ടെന്ന് മാത്രം. ഒരു ഹർത്താൽ ലഭിക്കുമ്പോൾ നമ്മൾ ആശ്വസിക്കുന്നതു പോലെ പ്രാണനും അതുവലിയ ആശ്വാസമാവും. "ലംഘനം പരമൗഷധം" എന്നാണ് ചരകന്റെ അഭിപ്രായം. ഇതുതന്നെയാണ് ഗാന്ധിജിയും പറഞ്ഞിട്ടുള്ളത്. നന്നായി ചവച്ചരച്ചാണ് ഭക്ഷണം കഴിക്കേണ്ടത്. ഭക്ഷണം കഴിക്കുന്നതിന്റെ രണ്ടുമണിക്കൂർ മുൻപോ അരമണിക്കൂർ ശേഷമോ വെള്ളം കുടിക്കാം. എന്നാൽ ഭക്ഷണത്തോടൊപ്പം വെള്ളം കുടിക്കൽ നിർബന്ധമാണെങ്കിൽ കുറച്ചുകുറച്ചായിമാത്രം അൽപാൽപ്പമായി മാത്രം കുടിക്കാവുന്നതാണ് എന്ന്. ചെറിയ കുട്ടികൾ ഉറങ്ങുന്നത് നിങ്ങൾ ശ്രദ്ധിച്ചിട്ടുണ്ടോ? ശ്വാസം അകത്തേക്കെടുക്കുമ്പോൾ വയർ വികസിക്കുന്നതും പുറത്തേക്കു വിടുമ്പോൾ വയർ ചുരുങ്ങുന്നതായും കാണാം. ശരിയായ ശ്വസനം അതാണ്. നാമവേരും അതുപോലെയാണ് ശ്വസിക്കേണ്ടത്. ശ്വാസോച്ഛ്വാസവും മാനസീകാവസ്ഥയും തമ്മിൽ വളരെ ബന്ധമുണ്ട് ദീർഘശ്വാസം എടുക്കുമ്പോൾ മനസ്സ് ശാന്തമാവുന്നത് ശ്രദ്ധിക്കു.

പണ്ട് നമ്മൾ മരം കയറുകയും ഓടുകയും മലകയറുകയും അദ്ധ്വാനിക്കുകയും ചെയ്തിരുന്നപ്പോൾ കിതയ്ക്കുകയും കൂടുതൽ ആഴത്തിൽ ശ്വസിക്കുകയും ചെയ്തിരുന്നു. എന്നാൽ ഇന്ന് ഇത്തരം

പ്രവർത്തികൾ യന്ത്രങ്ങൾ ഏറ്റെടുത്തതോടെ നമ്മൾ നേരാംവണ്ണം ശ്വസിക്കാതെയായി. ഫലമോ നമ്മൾ രോഗികളായിത്തുടങ്ങി. വളരെ ആഴത്തിലും ദീർഘമായും ശ്വസിക്കുമ്പോൾ കൂടുതൽ പ്രാണൻ ശരീരത്തിലും തലച്ചോറിലും എത്തുകയും, ഊർജ്ജസ്വലതയോടെ പ്രവർത്തിക്കാൻ സാധിക്കുകയും ചെയ്യുന്നു.

ഈശ്വരൻ/പ്രകൃതി മനുഷ്യശരീരത്തെ നിർമ്മിച്ചത് ഓടാനും ചാടാനും മരം കയറാനും അദ്ധ്വാനിക്കാനും നീന്താനും മലകയറാനുമൊക്കെയുള്ള സംവിധാനത്തിലാണ്. എന്നാൽ ഇന്ന് നമ്മൾ ഇതൊന്നും ചെയ്യാത്തതിനാൽ ശരീരത്തിൽ ദുർമ്മേദസ്സ് വർദ്ധിക്കുകയും കൊഴുപ്പ് അടിഞ്ഞുകൂടുകയും, അത് പലവിധ രോഗത്തിലേക്ക് നയിക്കുകയും ചെയ്യുന്നു. ഇതിന് ഒരു പരിഹാര മാണ് വ്യായാമം. സൂര്യനമസ്ക്കാരമോ, യോഗയോ, നടത്തയോ, നീന്തലോ മറ്റ് ഏതെങ്കിലും ശാസ്ത്രീയമായ വ്യായാമമുറകളോ നിത്യവും പരിശീലിക്കുന്നത് വളരെ നല്ലതാണ്.

ശരിയായ വിശ്രമം എന്ന് ഉദ്ദേശിക്കുന്നത് ഉറക്കം മാത്രമല്ല. ശരീരം ഉറങ്ങുമ്പോൾ ആന്തരീക അവയവങ്ങൾക്കും വിശ്രമം ആവശ്യമുണ്ട്. അതിനാൽ, ഉറങ്ങുന്നതിന് മൂന്ന് മണിക്കൂർ മുൻപെങ്കിലും ഭക്ഷണം കഴിച്ചവസാനിപ്പിച്ചിരിക്കണം. ഭക്ഷണം എപ്പോഴും വയറുനിറച്ചു കഴിക്കാതിരിക്കുക. നേരത്തെ ഉറങ്ങണം. ദിവസവും രാത്രി പത്തുമണിക്ക് മുൻപായി ഉറങ്ങണം എന്നുപറയുമ്പോൾ ടീവിയിലെ പരിപാടി കാണണ്ടേ എന്നുചോദിക്കരുത്. അതേപോലെ അർദ്ധരാത്രി ഭക്ഷണം കഴിക്കാതിരിക്കാനും ശ്രദ്ധിക്കണം. അതേപോലെ മനസ്സിന് കൊടുക്കുന്ന വിശ്രമമാണ് ധ്യാനം. ആഴത്തിലുള്ള ധ്യാനം വഴി ശരീരവും മനസ്സും ഒരേപോലെ വിശ്രമിക്കുന്നു. നിത്യവും ഇരുപതുമിനിറ്റ് ധ്യാനിക്കുന്നത് നാല് മണിക്കൂർ ഉറങ്ങുന്നതിനെക്കാൾ ഗുണമെന്നത് എല്ലാ മതഗ്രന്ഥങ്ങളിലും പറഞ്ഞിട്ടുണ്ട്. ഒന്നോർക്കുക, രൂപത്തിലും യൗവ്വനത്തിലും വളരെ സമ്പന്നമായവരും അവർ ഉന്നതകുലജാതരും ആണെങ്കിൽകൂടി വിദ്യാഹീനരാണെങ്കിൽ, യാതൊരു സുഗന്ധവുമില്ലാത്ത മുരിക്കിൻ പൂക്കളെപോലെ ആയിരിക്കും, നമ്മൾ ഒരിടത്തും ശോഭിക്കില്ല! ഞാനീ പറയുന്നത് ചില മാധ്യമങ്ങളിൽ ചർച്ച ചെയ്തതാണ്. ശരിയാണോ ഇതെന്ന് ഒന്നു ചിന്തിച്ചുനോക്കൂ!

നെല്ല് ഞാൻ എടുക്കും, വൈക്കോൽ പശുതിന്നുകൊള്ളും. നെല്ലിലെ അരി ഞാൻ എടുക്കും, തവിട് പശു തിന്നുകൊള്ളും.

കഞ്ഞിയിലെ ചോറ് ഞാൻ എടുക്കും, കഞ്ഞിവെള്ളം പശു കുടിച്ചുകൊള്ളും. പഴം ഞാൻ എടുക്കും, പഴത്തോല് പശു തിന്നു കൊള്ളും. ചക്കച്ചുളയും ചക്കക്കുരുവും ഞാൻ തിന്നുകയും ജ്യൂസ് അടിച്ച് കുടിക്കുകയും ചെയ്യും, ചക്കമടൽ പശു തിന്നുകൊള്ളും. തേങ്ങാപ്പാൽ ഞാൻ കുടിക്കും, തേങ്ങാപ്പീര പശു തിന്നുകൊള്ളും. പച്ചക്കറി തോലും വാലും തുമ്പും ഒഴികെ ഞാൻ തിന്നും ബാക്കി പശു തിന്നുകൊള്ളും. അടുക്കളമാലിന്യം കാടി എന്നിവ പശു തിന്നുകയും കുടിക്കുകയും ചെയ്യും, പകരം പശു എനിക്ക് ശുദ്ധ മായ പാൽതരും. എന്റെ കാർഷികസസ്യങ്ങൾക്കുള്ള ഭക്ഷണമായ ചാണകവും തരും. ഓരോ വർഷവും ഓരോ പൈക്കിടാവിനെ തരും. പറമ്പിലും തൊടിയിലുമുള്ള പുല്ല് മുഴുവനും തിന്ന് വൃത്തിയാക്കും. എന്നിട്ടെന്താ? അതിന്റെ ജീവനും തുകലും എടുക്കാൻ മനുഷ്യന് ആരുടേയും അനുവാദം വേണ്ടാത്തത്?

കൃഷിവിളകൾ നശിപ്പിക്കുന്ന കാട്ടുപന്നിയെ കൊന്നാൽ മൂന്ന് വർഷം കിട്ടുമല്ലോ ജയിൽശിക്ഷ! അബദ്ധത്തിൽ ജേസിബി കയറി മലമ്പാമ്പ് ചത്തതിനെത്തുടർന്നു, വെഹിക്കിൾ ഡിപ്പാർട്ട് മെന്റ് ജേസിബി പിടിച്ചെടുത്തു. ജാമ്യമില്ലാവകുപ്പ് പ്രകാരം ഓടിച്ച യാളെ അറസ്റ്റ് ചെയ്ത് അവന്റെ പേരിൽ കേസുമെടുത്തു ഏഴു വർഷം ശിക്ഷ കിട്ടി എന്നാണറിവ്. കാട്ടുകോഴി, മരപ്പട്ടി, ഉടുമ്പ് എന്നീ സാദാപക്ഷിമൃഗാദികളെ നിങ്ങൾ കൊന്ന് ഭക്ഷിച്ചാൽ മൂന്ന് വർഷം വരെ തടവ് ലഭിക്കുന്ന കുറ്റമാണ്.

നമുക്ക് ജീവിതത്തിൽ പലരിൽനിന്നും മോശമായ അനുഭ വങ്ങൾ ഉണ്ടാവാറുണ്ട്. അത്തരം അനുഭവങ്ങൾ മനസ്സിൽ ഒരു നീറ്റ ലായി കിടക്കുന്നതായി പലരും പറയാറുണ്ട്. സത്യത്തിൽ വെറുപ്പ്, പക, വിദ്വേഷം തുടങ്ങിയ വികാരങ്ങൾ ഒരു വ്യക്തിയോട് വച്ചുപു ലർത്തുന്ന നാം നമ്മുടെതന്നെ ജീവിതമാണ് ദുരിതപൂർണ്ണതയി ലാക്കുന്നത്. ചെറിയ പകയായിരുന്നാൽപോലും മറ്റൊരാളോട് നാം പുലർത്തുന്ന ആ പക നമ്മുടെ എല്ലാ നന്മകളെയും കാർന്നുതിന്നു മെന്നറിയില്ല. പകമൂലം നമ്മുടെ ജീവിതത്തിന്റെ പല ലക്ഷ്യങ്ങളും നമുക്കുനേടാൻ കഴിയാതെ പോകാറുണ്ട്.

ഇനി നേട്ടങ്ങൾ സാമ്പത്തികമായോ മറ്റോ ഉണ്ടായാൽ പോലും ഒരിക്കലും മാനസ്സികമായ സംതൃപ്തിയും സമാധാനവും നമുക്ക് ആസ്വദിക്കാൻ സാധിക്കില്ല. തെറ്റുപറ്റുക എന്നത് മനുഷ്യ സഹജമാണ്. ഒരുതെറ്റും ചെയ്യാതിരിക്കുക എന്നത് ദൈവസമാന മാണ്. അത് പൊറുത്തുകൊടുക്കുക എന്നത് ദൈവീകഗുണങ്ങ

ളിൽപെട്ടതും. എന്താണ് നിസ്സഹായാവസ്ഥയെന്നു പറയുന്നത്? അത് അറിയണമെങ്കിൽ ഒരു യോദ്ധാവായി ജീവിക്കണം. കൂടെയുള്ളവർ പിടഞ്ഞുമരിക്കുമ്പൊഴും ഒന്നുംചെയ്യാനാവാതെ എന്തിന്, ഒരിറ്റുവെള്ളം പോലും കൊടുക്കാനാവാതെ ആ മരണത്തിനു മൂകസാക്ഷിയാകേണ്ടിവരുന്ന മറ്റൊരുവൻ.

എല്ലാരേയുംപോലെ അവനും വീട്ടിൽ വിളിച്ചിരിക്കണം. പ്രിയതമയും കുട്ടികളുമായും സ്നേഹം പങ്കിട്ടിരിക്കണം, നാട്ടിൽ വരുമ്പോൾ ചെയ്യാനായി കരുതിയിരിക്കുന്ന നിറമുള്ള സ്വപ്നങ്ങളെകുറിച്ച് വാചാലനായിരിക്കണം. ഒരുപക്ഷെ പ്രിയപ്പെട്ടവർ വിചാരിച്ചുപോലും കാണില്ല ഇത് തന്റെ പ്രിയപ്പെട്ടവന്റെ അവസാന ശബ്ദമായിരിക്കുമെന്ന്! ജീവനുവേണ്ടി പിടയുന്ന നിമിഷവും മനസ്സിൽ തീർച്ചയായും പ്രിയപ്പെട്ടവരുടെ മുഖമാകാം. ചിതറിത്തെറിച്ച ശരീരത്തിൽ നിന്നും അവസാനശ്വാസം പോകുംവരെയും വേവലാതിപ്പെട്ടത് തന്റെ ജീവനേക്കാൾ താൻ കരുപ്പിടിപ്പിക്കാൻ ശ്രമിച്ച കുറേ ജീവനുകളേക്കുറിച്ചാകുമെന്നതുറപ്പ്.

രാഷ്ട്രീയവും മതവും തലക്കുപിടിച്ച സമൂഹവും നിസ്സഹായാവസ്ഥ മനസ്സിലാക്കണമെങ്കിൽ സ്വന്തം രാജ്യത്തിനുവേണ്ടി പോരാടുന്ന യോദ്ധാവാകണം. രണഭൂമിയിൽ ചിതറിതെറിച്ച ശരീരവുമായി മരണത്തോട് മല്ലടിക്കുന്ന കൂട്ടുകാരനെ നിസ്സഹായനായി നോക്കിയിരിക്കുന്ന ഒരു സഹപ്രവർത്തകന്റെ മനസ്സിലോടുന്നതും "ഒരിക്കൽ ഞാനുമിങ്ങനെ തന്നെ" എന്നതാണുസത്യം. ധീര ജവാന്മാർക്കൊരുമയോടെ ആദരവ് നൽകാം.

ആകെക്കൂടി ഈ ഇത്തരിപ്പോന്ന ജീവിതം അതിനിടയിൽ മറ്റുള്ളവർക്ക് കൊടുക്കാനായി എന്താണുള്ളത്?. ഇത്തിരി സന്തോഷം അത്രേ ഉള്ളൂ! പരിമിതമായ വിശ്വാസങ്ങൾ ചുരുങ്ങിയ അനുഭവങ്ങളെ മാത്രം ജനിപ്പിക്കുന്നു. ഇത്തരം അനുഭവങ്ങൾ നമുക്ക് ഒരു ചെറിയ ജീവിതം സമ്മാനിക്കുന്നു. വലിയ സ്വപ്നങ്ങൾ പുലർത്തുക. വിജയിക്കുന്നതായി സങ്കൽപ്പിച്ച് അതിനുവേണ്ടി നിരന്തരം പ്രവർത്തിക്കുക! മനസ്സ് സ്വയം വികസിതമാവും. വികസിച്ച മനസ്സ്, ശക്തമായ ഊർജ്ജത്തോടെ ലക്ഷ്യത്തിലേക്ക് നീങ്ങും. ഒരിക്കൽ വികസിച്ച മനസ്സിന് ഒരിക്കലും പഴയ അവസ്ഥയിലേക്കു മടങ്ങാൻ കഴിയില്ലെന്നും വൻവിജയങ്ങൾ നിരന്തരം പ്രവർത്തിക്കുന്നവർക്കുമാത്രം അർഹതപ്പെട്ടതാണ് എന്നും ഓർക്കേണ്ടതാണ്.

ആചാരമര്യാദകൾ പാലിക്കുന്നിടങ്ങളിൽ സാമാന്യബോധത്തോടെ പെരുമാറാനായില്ലെങ്കിൽ അത്തരം ഇടങ്ങളിൽ പോകാതിരിക്കാനുള്ള സാമാന്യബോധമെങ്കിലും ഉണ്ടാകേണ്ടത് അത്യാ

വശ്യം. സാധാരണ ജനമായാലും ഭരണാധികാരിയായാലും ഇതൊരു അവശ്യയോഗ്യതയായി കരുതേണ്ടതാണ്.

ഭർത്താവെന്നാൽ നീയെന്ന പെണ്ണിനെ മെഹറെന്ന മൂല്യം നൽകി ആദരിച്ചവനാണവൻ, നിന്റെ ദീനിന്റെ പൂർത്തീകരണമാണവൻ, നിന്റെ പരിഭവങ്ങളെ കേൾക്കേണ്ടവനാണവൻ. നിന്റെ നോവുകളെ നെഞ്ചിലേറ്റേണ്ടവനാണവൻ. നീ തളരുമ്പോൾ ചേർത്തുപിടിക്കേണ്ടവനാണവൻ. ഈ ഭൂമിയിൽ നിനക്കേറെ കടപ്പാടുള്ളത് അവനോടാണ്. സ്നേഹിക്കുന്നവനെ സ്നേഹിക്കണം, പാലിക്കണം, ആദരിക്കണം. നിന്റെ സ്വർഗ്ഗവും നരകവും അവന്റെ തൃപ്തിയിലാണെന്നോർക്കണം. നീയെന്നും ഈ ഭൂമിയിലുള്ള കാലമത്രയും. ഇത് ഖുർആനിലെ ഉപദേശമാണ്.

നിബന്ധനകൾവച്ചു സ്നേഹം പരീശീലിക്കുമ്പോഴാണ് അതു താൽക്കാലികവും അപക്വവുമാകുന്നത്. തനിക്ക് ഇഷ്ടമുള്ളതുമാത്രം ചെയ്യുന്നവരേയും, തന്റെ വ്യവസ്ഥകളിലൂടെ മാത്രം സഞ്ചരിക്കുന്നവരേയും ഇഷ്ടപ്പെടാനും ചേർത്തുനിർത്താനും ആർക്കും കഴിയും. സ്നേഹത്തിന് നിയമാവലി ഉണ്ടാക്കുന്നവർ സ്നേഹിക്കുന്നത് അവനവനെ മാത്രമാണ്. വ്യവസ്ഥകളുള്ള സ്നേഹത്തിന് എപ്പോഴും അളവുകൾ ഉണ്ടാകും. ഇടയ്ക്കു പരിശോധന നടത്തി ഗുണനിലവാരം തിട്ടപ്പെടത്തും. അളവിൽ ദൃശ്യമാകുന്ന ഏറ്റക്കുറച്ചിലുകൾ തിരിച്ചുള്ള സ്നേഹപ്രകടനത്തിലും വ്യക്തമാകും. ഒരാൾക്ക് എക്കാലവും മറ്റൊരാളെ സ്നേഹിക്കാൻ കഴിയുമോ?

ഒരാളെ എന്നും ഒരുപോലെ സ്നേഹിക്കാൻ സാധിക്കുമോ? ഇങ്ങോട്ടുള്ള സ്നേഹം അളന്നെടുക്കുന്നുണ്ടെങ്കിൽ അങ്ങോട്ടുള്ള സ്നേഹത്തിനും അളവുകോൽ ഉണ്ടാകില്ലേ? ലാഭനഷ്ടകണക്കുകളോ നിബന്ധനകളോ ഇല്ലാതെ ആരെങ്കിലും ആരെയെങ്കിലും സ്നേഹിച്ചിട്ടുണ്ടാകുമോ? സ്നേഹിക്കുന്നവരുടെ ഇഷ്ടങ്ങൾ തന്റെ ഇഷ്ടങ്ങൾക്കുമീതെ പറക്കാൻ ഏതെങ്കിലും സ്നേഹിതൻ അനുവദിക്കുമോ? എന്തെങ്കിലും കാരണത്തിന്റെ പേരിൽ ആരെയെങ്കിലും സ്നേഹിച്ചാൽ ആ കാരണം അവസാനിക്കുമ്പോൾ സ്നേഹവും നിലയ്ക്കും. ഒരു കാരണവുമില്ലാതെ സ്നേഹിക്കാൻ കഴിയുന്നവർക്കു മാത്രമേ, സമ്മർദ്ദങ്ങളില്ലാതെ സ്നേഹിക്കാനാകൂ. കൊടുക്കൽ വാങ്ങലുകൾക്കിടയിൽ വ്യവസ്ഥകളുണ്ടെങ്കിൽ അതിനെ സ്നേഹം എന്നല്ലല്ലോ വിളിക്കേണ്ടത് കച്ചവടം എന്നല്ലേ?

മുഹമ്മദ്നബി ഒരുനാൾ പറഞ്ഞുവത്രെ, അല്ലാഹുവിന്റെ

ദാസൻ വിവാഹം ചെയ്താൽ, അവൻ തന്റെ മതത്തിലെ യാത്ര പകുതി പൂർത്തിയാക്കി ബാക്കി പകുതിയുടെ കാര്യത്തിൽ അവൻ അല്ലാഹുവിനെ തന്നിൽ സൂക്ഷിച്ചുകൊള്ളട്ടെ എന്ന്. ഒരുകലാകാരൻ എന്ത് കണ്ടാലും കേട്ടാലും അയാൾ കവിയോ കഥാകാരനോ ചിത്രകാരനോ ആരായാലും ആ ദൃശ്യം അല്ലെങ്കിൽ ശ്രവ്യം അയാളുടെ സൃഷ്ടിയെ സ്വാധീനിക്കും. എന്നുവച്ചാൽ അയാളുടെ മുന്നിൽ നടക്കുന്നതെന്തും അയാളുടെ രചനയിൽകാണും, കാണണം എന്നതുതന്നെ!

ആരോഗ്യമുള്ള ശരീരംപോലെ ആവശ്യമുള്ളതാണ് ആരോഗ്യമുള്ള മനസ്സും. ഏത് പ്രതികൂല സാഹചര്യങ്ങളേയും തരണം ചെയ്യാനുള്ള കരുത്ത് പകരുന്നത് മനസ്സിൽനിന്നാണ്. നിങ്ങളോട് വല്ലവരും വിഷമങ്ങൾ പങ്കുവയ്ക്കുന്നുവെങ്കിൽ അവരെ നിങ്ങൾ ചേർത്ത് പിടിക്കണം. കാരണം അവർക്ക് നിങ്ങൾ അത്രയും പ്രിയപ്പെട്ടവരാണ്. സന്തോഷം നമ്മൾ ആരോടും പങ്കുവച്ചേക്കാം. വിഷമങ്ങൾ നമുക്ക് ഏറ്റവും പ്രിയപ്പെട്ടവരോട് മാത്രമേ പങ്കുവയ്ക്കു. ജീവിതത്തിൽ ഏറ്റവും വലിയ അബദ്ധവും പരാജയവും സംഭവിച്ചവരിൽ ഭൂരിഭാഗവും മറ്റുള്ളവരെ അന്ധമായി സ്നേഹിക്കുകയും അതിലുപരി വിശ്വസിക്കുകയും ചെയ്തവരാണെന്നതാണ് ശരി.

ഈ ലോകജീവിതം അത് നമുക്ക് ഒന്നേയുള്ളൂ. അത് നമ്മെ ഇഷ്ടപ്പെടാത്തവർക്കുവേണ്ടി വെറുതെ കളയാനുള്ളതല്ല. നമ്മുടെ വിലപ്പെട്ട സമയം നമ്മെ ആവശ്യമില്ലാത്തവർക്കുവേണ്ടി കരഞ്ഞു തീർക്കരുത്. നമ്മെ ഇഷ്ടപ്പെടുന്നവരെ, നമ്മെ സ്നേഹിക്കുന്നവരെ മനസ്സിലാക്കുക. അവരുമൊന്നിച്ച് സന്തോഷത്തോടെ ജീവിക്കുക.

നൂറ്റാണ്ടുകൾക്കു മുന്നേതന്നെ പ്രചാരത്തിലിരുന്ന ചില ഭാരതീയ ചിന്തകൾ നോക്കാം. വിഡ്ഢികളെ ഉപദേശിക്കുന്നയാൾ കുഴപ്പത്തിലാകും. നിങ്ങൾക്കു പ്രതിസന്ധിവരുമ്പോൾ ബന്ധുക്കളെ തിരിച്ചറിയാം. കൈയ്യിലുള്ള ഉറപ്പുള്ളതിനെ ഉപേക്ഷിച്ച്, വലുതാണെന്നു തീർച്ചയില്ലാത്തതിനെ തേടിപ്പോകുന്നവർക്ക് രണ്ടും നഷ്ടപ്പെടാം. സൗന്ദര്യം കണ്ടുമയങ്ങി, സ്വഭാവഗുണമില്ലാത്തവളെ വേൾക്കരുത്. അധികാരികളേയും നദികളേയും അതിരുകവിഞ്ഞ് വിശ്വസിക്കരുത്, എപ്പോഴാണ് തിരിയുകയെന്നു നിശ്ചയമില്ല. പഠിപ്പിക്കാത്ത രക്ഷിതാക്കൾ കുട്ടികളുടെ ശത്രുക്കൾ. സ്നേഹിക്കുന്ന കുടുംബവും, ഉള്ളപണത്തിൽ തൃപ്തിയുള്ള മനസ്സുമുണ്ടെങ്കിൽ ഈ ഭൂമി സ്വർഗ്ഗമാകും. മുഖത്തുനോക്കി പുകഴ്ത്തുകയും ചതി

ക്കാൻ അകത്ത് ആലോചിക്കുകയും ചെയ്യുന്നയാളെ ഒഴിവാക്കുക, അടിയിൽ വിഷം നിറച്ച്, മുകളിൽ പാലൊഴിച്ച കുടമാണയാൾ. സുഹൃത്തെന്നുകരുതി രഹസ്യങ്ങളെല്ലാം അറിയിക്കരുത്. പിണങ്ങിയാൽ പ്രയാസമാകും.

എല്ലാ കാട്ടിലും ചന്ദനമരം പ്രതീക്ഷിക്കരുത്. എല്ലാ ദിവസവും എന്തെങ്കിലും പഠിക്കണം. ഉണങ്ങിയ മരത്തെ പക്ഷികൾ ഉപേക്ഷിക്കും. സമന്മാരുമായുള്ള സൗഹൃദം നന്ന്. എല്ലാം തികഞ്ഞവരായി ആരുമില്ല. ദുഷ്ടൻ, പാമ്പ് ഇവയിലൊന്നിനെ സ്വീകരിക്കേണ്ടിവന്നാൽ പാമ്പിനെ സ്വീകരിക്കുക. സ്വരക്ഷയ്ക്കല്ലാതെ പാമ്പ് ആക്രമിക്കില്ല. പ്രളയസമയത്തു കടലുപോലും കരകവിയും. സജ്ജനങ്ങൾ ഒരിക്കലും പരിധിവിടില്ല. കുയിലിന്റെ സൗന്ദര്യം നാദത്തിലാണ്. വിരൂപന്റെ സൗന്ദര്യം വിദ്യയിലും. നാവു നിയന്ത്രിച്ചാൽ കലഹം കുറയ്ക്കാം. കൂടുതൽ ദാനം ചെയ്ത് മഹാബലി കുഴപ്പത്തിലായി. ഒന്നും അതിരുകടക്കരുത്. ഒരൊറ്റ മരത്തിലെ പൂമണം മതി കാടുമുഴുവൻ സുഗന്ധപൂരിതമാക്കാൻ. ദമ്പതികൾ കലഹിക്കാത്തിടത്ത് ഐശ്വര്യമുണ്ടാകും. ധ്യാനത്തിന് ഒരാൾമതി, സേനയ്ക്കു പലർവേണം. കാലമേത്? മിത്രങ്ങളാര്? നാടേത്? വരവുചെലവുകളെങ്ങനെ? ശത്രുക്കളാര്, ഞാനാര്? എന്റെ ശത്രുക്കളാര്? എന്നിവ വീണ്ടും ചിന്തിക്കുക.

ജ്ഞാനത്തിൽകവിഞ്ഞ സുഖമില്ല. ജനിക്കുന്നതും മരിക്കുന്നതും ഒറ്റയ്ക്ക്. നിങ്ങളുടെ ചെയ്തികളുടെയെല്ലാം ഉത്തരവാദിത്വവും നിങ്ങൾക്ക്. ആനയെ തോട്ടികൊണ്ടു നിയന്ത്രിക്കാം. പക്ഷേ ദുഷ്ടനെ നേരിടാൻ വാൾ വേണം. ശത്രുവിന്റെ ശക്തി നോക്കി അനുസരിക്കുകയോ അനുസരിപ്പിക്കുകയോ പ്രീണിപ്പിക്കുകയോ തരംപോലെ വേണ്ടിവരും. വിഷമില്ലാത്ത പാമ്പും തലപൊക്കി പേടിപ്പിക്കാൻ നോക്കും. അത്യാഗ്രഹിക്കു സത്യം മാത്രം പറയാനാവില്ല. പാലും നെയ്യും ഇട്ടുവളർത്തിയാലും വേപ്പിന്റെ ഇല മധുരിക്കില്ല. ദേവാലയത്തിൽ പോയതുകൊണ്ട് ദുഷ്ടന്റെ മനസ്സുമാറില്ല. ലോകത്തിന്റെ മുഴുവൻ സ്നേഹം കൈവരാൻ ഒന്നുമാത്രം മതി, ആരെപ്പറ്റിയും മോശമായി പറയാതിരിക്കുവാൻ ശ്രദ്ധിക്കണം.

ബോധമനസ്സിന്റെ നിലയ്ക്കാത്ത പ്രക്രിയയാണ് ചിന്ത. അതിന്റെ അനന്തരഫലമായാണ് വാക്കുകൾ പ്രവഹിക്കുന്നത്. അകത്ത് ഒരരുവി തെളിഞ്ഞുവരുന്നതുപോലെയാണ് ചിന്ത ഉണരുന്നത്. ചിന്ത മനസ്സിന്റെ ഒരു മാസ്മരിക ചലനമാണ്. മാനവവർഗ്ഗ

ത്തിന്റെ ചിന്ത പൊൻവർണ്ണമണിഞ്ഞതാവട്ടെ. ചിന്തകൊണ്ട് അഹങ്കാരത്തെ ഇല്ലാതാക്കുവാൻ കഴിയും. എത്ര തിരക്കാണേലും മുഴുവൻ വായിക്കാനുള്ള ക്ഷമ കാണിക്കണം. കാരണം ഇത് പറഞ്ഞിരിക്കുന്നത് നമ്മളെക്കുറിച്ചാണ്. നമ്മുടെ ഓരോ കുടുംബത്തിലെ അംഗങ്ങളെക്കുറിച്ചാണ്. നമ്മുടെയൊക്കെ കുടുംബാന്തരീക്ഷത്തിനെക്കുറിച്ചാണ് ഇത് വായിച്ചാൽ ബോദ്ധ്യപ്പെടും. ന്യൂജനറേഷൻ കുട്ടികൾക്കൊന്നുംതന്നെ അനുസരണയില്ല, മാന്യമായി പെരുമാറാൻ അറിയില്ല, നല്ലരീതിയിൽ വസ്ത്രധാരണമില്ല, ക്ഷമയും സഹനവും തൊട്ടുതീണ്ടിയിട്ടില്ല എന്നൊന്നും അടച്ചുകുറ്റം പറയുന്നില്ല. ന്യൂജനറേഷൻ ആൺകുട്ടികൾ വിവാഹത്തോടെ മനസ്സുമാറുന്നു. പെൺകുട്ടികളാണെങ്കിൽ ആരെയും ഒരു വിലയും കൽപ്പിക്കാതെ തൊട്ടതിനും പിടിച്ചതിനും പ്രശ്നം ഉണ്ടാക്കി വിവാഹം കഴിഞ്ഞ് അധികസമയമാകുംമുൻപേ വിവാഹമോചനത്തിലേക്ക് എത്തിച്ചേരുന്നു. ഇനിയുമുണ്ട് ഇത്തരക്കാരെക്കുറിച്ച് പറയാൻ. എത്രപറഞ്ഞാലും തീരാത്തപ്രശ്നങ്ങൾ അവർതന്നെ ഉണ്ടാക്കുന്നവയാണിതെല്ലാം എന്നുപറയാൻ മടിയുമില്ല.

ഒരു കൂരക്കീഴിൽ ഏട്ടനനുജന്മാരുടെ കുടുംബങ്ങളും, ഒരാൾക്കുതന്നെ എട്ടുംപത്തും മക്കളുമായി, തിന്നാനും, കുടിക്കാനും, ഉടുക്കാനും കഷ്ടിച്ചുണ്ടായിരുന്ന കാലം. അന്നത്തെ ജീവിതസാഹചര്യം നമ്മളെ പലതും പഠിപ്പിച്ചു. ക്ഷമയും, സഹനവും, വിനയവും, ബഹുമാനവും, അങ്ങനെയങ്ങനെ ജീവിതമൂല്യങ്ങൾ പലതും നേടിയെടുത്തു. ഇന്ന് ആ കാലം മാറി. ദൈവാനുഗ്രഹം പെയ്തിറങ്ങി, പട്ടിണിയുടെയും കഷ്ടപ്പാടിന്റെയും കാലത്തിൽ നിന്നും സുഖസൗകര്യങ്ങളിലേക്കു ജീവിതം പതിയെ നീങ്ങിത്തുടങ്ങി. കൂട്ടുകുടുംബം എന്ന സംസ്ക്കാരത്തിൽനിന്നും അണുകുടുംബത്തിലേക്ക് ജീവിതം പറിച്ചുനട്ടു. കുടുംബങ്ങൾ പലതും പ്രവാസജീവിതത്തിലേക്കും ചേക്കേറി. ജീവിതത്തിന്റെ ഒരു പകുതിയിൽ തങ്ങൾക്കുലഭിക്കാത്ത പലസൗഭാഗ്യങ്ങളും തങ്ങളുടെ മക്കൾക്ക് കൊടുക്കണം എന്ന അടങ്ങാത്ത ആഗ്രഹത്താൽ എല്ലാം മക്കൾക്ക് ചെയ്തുകൊടുത്തു. ഒരിക്കലും ആ ആഗ്രഹത്തെ കുറ്റപ്പെടുത്താനാവില്ല. എന്നാൽ നമുക്ക് ലഭിച്ച പലതും അതിനിടയിൽ മക്കൾക്ക് ലഭ്യമാക്കാൻ ശ്രദ്ധകൊടുക്കാതെ പോയി.

കാലംമാറി വന്നതിനനുസരിച്ചു ലഭിച്ച സുഖസൗകര്യങ്ങൾക്കൊപ്പം നമ്മളുമങ്ങനെ ദിശയറിയാതെ നീന്തിപ്പോയിയെന്നുതന്നെ പറയണം. സുഖങ്ങൾക്ക് പിന്നാലെ പാഞ്ഞില്ലായെന്ന് പറ

യാനാണ് ആഗ്രഹമെങ്കിലും സംഭവിച്ചതെല്ലാം അങ്ങനെയായിപ്പോയി. ഇല്ലാതിരുന്ന കാലത്ത് അയൽവാസിയോട് കടംവാങ്ങൽ അനിവാര്യമായിരുന്നു. ആ കൊടുക്കൽ വാങ്ങലിലൂടെ അയൽബന്ധമെന്ന സംസ്കാരം നിലനിന്നിരുന്നു. എന്നാൽ ഒന്നിനും ഒരു കുറവുമില്ലാതായപ്പോൾ എന്തെങ്കിലുമൊന്ന് ഇല്ലാതായാൽ അയൽപക്കത്ത് ചോദിക്കാൻ അ(ദുര)ഭിമാനം സമ്മതിച്ചില്ല.

സമയംകൊല്ലാൻ ഓരോ കാലഘട്ടത്തിലും ഓരോതരം ആധുനികമീഡിയകൾ വന്നതോടെ വീട്ടിലൊരാൾ കയറിവരുന്നതുപോലും അരോചകമായി. കൂട്ടുകുടുംബങ്ങൾപോലും പരസ്പരം സന്ദർശിക്കുക എന്ന സംസ്ക്കാരവും മൂല്യവും ജീവിതത്തിൽ നിന്നും മാറിനിന്നു. വിഷമങ്ങൾ വരുമ്പോൾ ആരെയെങ്കിലും ഒന്നോടിവന്നു സഹായിച്ചെങ്കിലെന്ന് കരുതിയിടത്തുനിന്നും സ്വന്തം വാഹനങ്ങളും സൗകര്യങ്ങളും തന്നിലേക്ക് ചുരുങ്ങിക്കൂടാൻ അവസരമൊരുക്കി. ആഘോഷങ്ങൾക്കും, വിവാഹം, മരണം എന്നിവക്കൊക്കെ അയൽവാസികളും കുടുംബങ്ങളും വന്നുസഹായിക്കുകയും എല്ലാം പങ്കുവയ്ക്കുകയും ചെയ്യുന്നിടത്തുനിന്ന് എല്ലാം കാശെണ്ണിക്കൊടുത്താൽ ചെയ്തുതരാൻ ആളും, വീടിനുപകരം ഹാളുകളുമായതോടെ സൗഹൃദങ്ങളും പരസ്പര സഹകരണവും കാറ്റിൽപറന്നു.

പാവപ്പെട്ടവന് യാതൊരുസ്ഥാനവുമില്ലാത്ത ആഘോഷങ്ങളും വിരുന്നുകളും കെങ്കേമമായി കൊണ്ടാടുമ്പോൾ ബാക്കിവരുന്ന ഭക്ഷണം ആവശ്യക്കാരന് എത്തിച്ചുകൊടുക്കുന്നത് പദവിക്ക് ചേരാത്തതായതിനാൽ കുഴിച്ചുമൂടാൻ നിർബന്ധിതരായി.

കോരിച്ചൊരിയുന്ന മഴയത്ത് ഇരുട്ട് പരക്കുന്ന രാവുകളിൽ പ്രായമായവർ കൊച്ചുവർത്തമാനം പറയുന്നത് പറഞ്ഞറിയിക്കാൻ കഴിയാത്തൊരു അനുഭൂതിയായിരുന്നു. എങ്കിൽ, കൊട്ടാരതുല്യമായ വീടുകളിൽ വെച്ചതെല്ലാം വെച്ചിടത്തുനിന്നും അനങ്ങുവാൻ പാടില്ലെന്നും, ഉള്ളിൽ നിറയുന്ന ആനന്ദത്തേക്കാളുപരി അഹന്തക്ക് സ്ഥാനംവന്നപ്പോൾ വൃദ്ധരെ കാണാതെ വളരുന്നൊരുതലമുറക്കു വഴിവെച്ചു. എണ്ണിപ്പറഞ്ഞാൽ തീരില്ല. അനുഗ്രഹങ്ങൾ വർദ്ധിച്ചതോടെ ജീവിതത്തിൽവന്ന മാറ്റങ്ങൾ അനിവാര്യമാണ്. എന്നാൽ കിട്ടിയ അനുഗ്രഹത്തോടൊപ്പം ഞാനെന്നഭാവത്തിലേക്ക് സ്വയമറിയാതെ ഒഴുകിപ്പോയൊരു ജീവിതരീതി. ഇത്തരത്തിൽ ജീവിതത്തിൽ യാതൊരു മൂല്യങ്ങളും കാണാതെ ചോദിക്കുന്നതിനപ്പുറം ആഗ്രഹിക്കുന്നതുപോലും നിമിഷങ്ങൾക്കുള്ളിൽ സാധിച്ചുകിട്ടി

തന്നിലേക്കുമാത്രം ഒതുങ്ങിക്കഴിയുന്ന സ്വാർത്ഥജീവിത സംസ്ക്കാരത്തിലൂടെ വളർത്തിയെടുക്കുന്ന കുട്ടിക്ക് ആര് പകർന്നുകൊടുക്കും മികവുള്ളൊരു ജീവിതസംസ്ക്കാരം? നമ്മുടെ കുഞ്ഞുങ്ങളാണോ പ്രതികൾ? അതോ അനുഗ്രഹങ്ങൾ അനുഭവിപ്പിക്കുമ്പോഴും ജീവിതത്തിൽ അറിയേണ്ടതും, കാണേണ്ടതും, അനുഭവിക്കേണ്ടതുമായ പല യാഥാർത്ഥ്യങ്ങളിൽ നിന്നും അശ്രദ്ധമായി അവരെ മാറ്റിനിർത്തിയ നമ്മളോ? ഈ തലമുറയെ വിദ്യാസമ്പന്നരായി, പണം കൊയ്യുന്ന യന്ത്രങ്ങളായി, മൂല്യവും സംസ്കാരവും ഇല്ലാതെ വളർത്തികൊണ്ട് വന്നതിൽ എനിക്കും നിങ്ങൾക്കും പങ്കില്ലേ?

ധനാധിക്യവും, ആധുനികസൗകര്യങ്ങളും ജീവിതത്തിന്റെ മൂല്യങ്ങളിൽ നിന്നും വിദൂരതയിലേക്ക് മാറി സഞ്ചരിക്കുവാൻ മനപ്പൂർവ്വമോ അല്ലാതെയോ എന്നെയും നിങ്ങളെയും പ്രലോഭിപ്പിച്ചിട്ടില്ലേ? നാം നമ്മോടുതന്നെ ചോദിക്കേണ്ട ചോദ്യങ്ങളാണിവ. ഉള്ളിലെ ഞാനെന്ന അഹന്തയെ മാറ്റിവെച്ചുകൊണ്ട് അയൽവാസിയെ ചേർത്തുപിടിക്കൂ! കുടുംബങ്ങളെ ഭാരമായി കാണാതിരിക്കൂ! പ്രായമായവരെ അവരുടെ ഇഷ്ടങ്ങളോടൊപ്പം അണച്ച് പിടിക്കൂ! ആഘോഷങ്ങളിൽ ധനികനും ദരിദ്രനും ഇരിപ്പിടമൊരുക്കൂ! വിഷമങ്ങളിൽ സൗഹൃദങ്ങളെ ആശ്രയിക്കൂ. കടം ചോദിക്കുന്നവനോട് കരുണകാണിക്കൂ.

ഒഴിവുസമയങ്ങളിൽ അനുഭവങ്ങളും, ആകുലതകളും, സുഖദുഃഖങ്ങളും പങ്കുവെക്കൂ! പ്രശ്നങ്ങളില്ലാത്ത ജീവിതമെന്ന ആശയത്തിൽ നിന്നും മാറി പ്രശ്നങ്ങളെ വേണ്ടവിധം തരണംചെയ്യുന്ന രീതിയിലേക്ക് മാറിനിൽക്കൂ! വെള്ളവും വളവും വേണ്ടവിധം നൽകിയിട്ടും ചെടി മോശമാകുന്നുവെങ്കിൽ അതിന്റെ വേര് നിൽക്കുന്ന മണ്ണുതന്നെയാണ് പ്രശ്നം. വേണ്ടതെല്ലാം കൊടുത്തു വളർത്തുമ്പോഴും മക്കൾ മോശമാകുന്നുവെങ്കിൽ നമ്മുടെ ജീവിത സംസ്ക്കാരം തിരുത്തേണ്ടിയിരിക്കുന്നു!

ജ്ഞാനത്തിന് മോക്ഷവിഷയത്തിലേക്കുള്ള യാത്ര ആവശ്യമാണ്. കർമ്മം എന്നത് അറിവിന്റെ കർമ്മത്തിലൂടെ യാത്രയാൽ ലഭിക്കുന്നു. ധർമ്മം എന്നത് ധർമ്മാധർമ്മത്തെ വിവക്ഷിച്ചുമാത്രമേ ലഭ്യമാകൂ. ആനന്ദം എന്ന സുഖാനുഭവത്തെ സ്വായത്തമാക്കുവാൻ ഉപാസനാവിധികളിലൂടെ യാത്രചെയ്യുക. സംരക്ഷണമാണ് എല്ലാമനുഷ്യരിലും, ജീവജാലങ്ങളിലും എന്നും എപ്പോഴും വേണ്ടത്. വിരലുകൾ നഷ്ടപ്പെട്ടവന്റെ ദുഃഖം കൈകൾ നഷ്ടപ്പെടുന്നവനെ കാണുന്നതുവരെ മാത്രമാണ്. ആ കാഴ്ചയിൽ അയാൾ

തന്റെ നഷ്ടപ്പെടാത്ത കൈകളെയോർത്തു കൃതാർത്ഥനാകും. ആയിരിക്കുന്ന അവസ്ഥയെ അംഗീകരിക്കാൻ കഴിയാത്തവർ അകലെയുള്ള ആനന്ദാനുഭൂതികൾ തേടിയിറങ്ങും. ആ യാത്രയിലാകും തന്നെക്കാൾ ദുരവസ്ഥയിൽ കഴിയുന്നവരുടെ നേർചിത്രം വ്യക്തമാകുക.

ഒരു വ്യക്തിയുടെ സംസാരം, പെരുമാറ്റം, മനോഭാവം എന്നിവയാണ് ആ വ്യക്തിയെ ഇഷ്ടപ്പെടാൻ നമ്മെ പ്രേരിപ്പിക്കുന്നത്. നല്ലവാക്കാണ് ഓരോ വ്യക്തിയുടെയും മുഖമുദ്ര. ബന്ധങ്ങൾ വളരാനുള്ള ആദ്യപടിയാണിത്. നല്ല സംസാരശൈലി ബന്ധത്തിന് ആക്കംകൂട്ടും. സംസാരത്തിന് അഞ്ച് ഘടകങ്ങളുണ്ട്.

1. മാന്യത സ്പർശിക്കുന്ന ശബ്ദം
2. സൗഹാർദ്ദസമീപനം
3. ലളിതമായ ഭാഷ്യം
4. സംഭാഷണത്തിൽ ആദരവ്
5. ക്ഷമ എന്നിവയാണവ

നമ്മുടെ ആശയവിനിമയശേഷി, നേതൃപാടവം, ചിന്താശേഷി, മറ്റുള്ളവരുമായി ഒത്തുപോകാനുള്ള കഴിവ് എന്നിവ ബന്ധങ്ങളെ സുദൃഢമാക്കും.

സൗമ്യത, മിതത്വം, നിഷ്പക്ഷത മറ്റുള്ളവരെ മാനിക്കാനും അംഗീകരിക്കാനും അഭിനന്ദിക്കാനുമുള്ള മനസ്സ്, സുവ്യക്തവും നിലവാരമുള്ളതുമായ ഭാഷ എന്നിവ ബന്ധങ്ങളെ ഊട്ടിഉറപ്പിക്കും. നഷ്ടങ്ങളും നേട്ടങ്ങളും ആപേക്ഷികമാണ്. താരതമ്യങ്ങൾക്കനുസരിച്ച് നഷ്ടം നേട്ടവും നേട്ടം നഷ്ടവുമാകും. ജീവിതത്തിൽ ദിനംപ്രതിയെന്നോണം പുതിയ പുതിയ വെല്ലുവിളികൾ വന്നുകൊണ്ടേയിരിക്കും, മരണം വരെയും! പക്ഷേ അവയെ നാം എങ്ങനെ നേരിടണം? ഏത് വെല്ലുവിളികളായാലും ഒന്നുകിൽ നമുക്ക് നിയന്ത്രിക്കാൻ സാധിക്കുന്നതോ അല്ലെങ്കിൽ സാധിക്കാത്തതോ ആകും അവ. നിയന്ത്രണാതീതമായ ഒരു കാര്യത്തെക്കുറിച്ച് നാം വ്യാകുലപ്പെട്ടിട്ട് ഒരുകാര്യവുമില്ല. കാരണം അതിന്റെ നിയന്ത്രണം നമ്മുടെ പക്കലല്ല. ഇനി നിയന്ത്രണാധീനമായ കാര്യം ആണെന്നുവച്ചാൽ, അവിടെ നമുക്കുതന്നെ കാര്യങ്ങൾ ശരിയായ ട്രാക്കിലേക്ക് പിടിച്ചുവിടാൻ സാധിക്കുന്നതുകൊണ്ട് അവിടെയും നാം ആധിപിടിക്കേണ്ടകാര്യം വരുന്നില്ല.

പ്രതിസന്ധികളുടെ ആഴത്തേക്കാൾ അവയോടുള്ള സമീപനത്തിലെ അപാകതയാണ് സാഹചര്യങ്ങൾ കൂടുതൽ വഷളാ

ക്കുന്നത്. നിയന്ത്രിക്കാനാകാത്ത സാഹചര്യങ്ങളെക്കാൾ അപകട കരം നിയന്ത്രിക്കാനാകാത്ത മനസ്സാണ്. നിസ്സഹായനാണെന്ന് ഉറപ്പുള്ളപ്പോൾ സംയമനത്തോടെ ഇരിക്കുന്നതുമാണ് ഉചിതം. എന്നാൽ സാമാന്യ ബുദ്ധികൊണ്ടോ സാഹസികതകൊണ്ടോ വരുതിയിലാക്കാനുള്ള സാധ്യതയുണ്ടെങ്കിൽ അതിനായി മുന്നിട്ടിറങ്ങാനുള്ള സന്നദ്ധതയും വേണം. ഒന്ന് ശാന്തമായാൽ പരിഹാരമാകുന്ന പല പ്രശ്നങ്ങളുമുണ്ട്. ഒന്ന് ശ്രദ്ധിച്ചാൽ പ്രതിവിധി കണ്ടെത്താവുന്ന വെല്ലുവിളികളുമുണ്ട്. ഓരോന്നിനും അത് അർഹിക്കുന്ന പ്രാധാന്യം മാത്രം നൽകുന്നതാണ് മനസ്സിന്റെ പക്വത. കടലോരത്തെ മണൽതരികളെ കണ്ടുപഠിക്കണം. അവ തരുന്ന ചിലപാഠങ്ങൾ വളരെ ശ്രേഷ്ഠമാണ്. ചൂടിലോ, കുളിരിലോ പരീക്ഷിക്കപ്പെടുമ്പോൾ അവർ ക്ഷമ കൈവെടിയാറില്ല. തിരമാലകളുടെ അടികൊണ്ടു പുളയുമ്പോഴും പരാതിയോ പരിഭവമോ ഇല്ല അവർക്ക്. ജീവിതത്തിൽ വേണ്ടെന്നു തോന്നുന്നതൊക്കെ ഒഴിവാക്കാൻ എളുപ്പമാണ്. പക്ഷേ പിന്നീട് അതിന്റെ വില മനസ്സിലാക്കി തിരിച്ചുവേണമെന്ന് ആഗ്രഹിക്കുമ്പോൾ ഒരുപക്ഷേ അതൊക്കെ നമ്മുടെ കൈയെത്താത്ത ദൂരത്തെത്തിയിരിക്കും എന്ന് ഓർക്കുന്നത് നന്ന്.

ഓർമ്മകൾ മഴ പോലെയാണ്, പെയ്തുതോർന്നാലും ബാക്കിയാകുന്ന ചില തുള്ളികളെപ്പോലെ ഓർമ്മകളേയും ബാക്കി വയ്ക്കുന്നുണ്ട് ചില നോവിന്റെ തുള്ളികൾ. ഒരുവനോട് മറ്റൊരുവൻ ക്ഷമിച്ചാൽ, ക്ഷമിക്കുന്നവൻ തോൽക്കുകയാണ് എന്നത് തെറ്റിദ്ധാരണയാണ്. കാരണം എന്തെന്നാൽ, വിജയിച്ചിട്ടുള്ളവരൊക്കെത്തന്നെ ക്ഷമിച്ചിട്ടുള്ളവരായിരുന്നു.

ഒരുത്തനവന്റെ ജീവിതത്തിൽ ഒരുപാട് നല്ലകൂട്ടുകെട്ടുകൾ വേണം. എങ്ങനെയുള്ളതെന്നറിയണ്ടേ, നേട്ടത്തിനായി ഈശ്വരനിലേയ്ക്ക് ഇരുകൈകളും ഉയർത്തുമ്പോൾ "ഞാൻ സ്നേഹിക്കുന്നവർക്കും" എന്ന വാക്ക് പ്രാർത്ഥനയിൽ -ദുആയിൽ-നമസ്ക്കാരത്തിൽ ഉൾപ്പെടുത്തുന്ന നല്ലകൂട്ടുകാർ, അതൊരുഭാഗ്യം തന്നെയാണ്!

നിലപാടുകളിൽ സുതാര്യതയും പെരുമാറ്റങ്ങളിൽ പരിശുദ്ധിയും കാത്തുസൂക്ഷിക്കുക, രഹസ്യങ്ങൾ പരസ്യമാക്കാതെ പരിരക്ഷിക്കുക എന്നിവ വിശ്വാസിസഹോദരങ്ങൾക്കിടയിലെ മികച്ച സ്നേഹത്തിന്റേയും ചന്തമാർന്ന ബന്ധത്തിന്റേയും മകുടോദാഹരണങ്ങളാണ്. നിത്യജീവിതത്തിൽ, പൊതുരംഗത്തും വ്യക്തിമേഖലയിലും നിറഞ്ഞുനിൽക്കുന്ന രഹസ്യങ്ങളുടെ ഗൗരവമറിയാതെ

പരസ്യമാക്കി ആഘോഷിക്കുന്നവർ ആളുകളിൽ എത്രയോ ഉണ്ട്. വ്യക്തിയുടെ നീതിനിഷ്ഠയേയും, സ്വഭാവശുദ്ധിയേയും, മാനുഷിക ബന്ധങ്ങളേയും സാരമായി ബാധിക്കുന്ന പ്രശ്നമാണ് ഇത്. ഒരു മുസ്ലീമിന്റെ ജീവിതത്തിൽ രഹസ്യങ്ങൾക്ക് ഗണ്യമായ പ്രാധാന്യ മുണ്ട്. അവ സൂക്ഷ്മതയോടെ പരിരക്ഷിക്കുന്നതിൽ അവന്റെമേൽ ബാധ്യതയുണ്ട്. എന്നാൽ ക്രിസ്ത്യാനി തന്റെ രഹസ്യങ്ങളെ കർത്താവിൻ പ്രതിപുരുഷനോടു കുമ്പസാരകൂട്ടിലേറി എല്ലാമേറ്റു പറഞ്ഞ് രഹസ്യമില്ലാത്തവനായി മാറുന്നു. കുറവുകൾ ഇല്ലാത്തവ രായി ആരുമുണ്ടാകില്ല. നമ്മുടെ ഉള്ളിലുള്ള ഏതൊരുകുറവും നല്ല തായി കാണാൻ നാം ശീലിക്കണം. അപ്പോൾ ആ കുറവുതന്നെ നമ്മുടെ ഉയർച്ചയിലേക്കുള്ള ചവിട്ടുപടിയാക്കുവാൻ നമുക്കുസാ ധിക്കും.

അവനവന്റെ കുറവുകളെ ഓർത്ത് ദുഃഖിച്ചിരുന്നാൽ നമു ക്കൊരിക്കലും മുന്നേറുവാൻ സാധിക്കില്ല. കുറവിനെ അവഗണിച്ച് ജീവിതത്തിൽ മുന്നേറുവാൻ വേണം നാം ശ്രമിക്കേണ്ടത്. ശരിയായ കുറവ് ആത്മനിന്ദയാണ് എന്നതാണ് സത്യം. ആത്മവിശ്വാസമു ള്ളവന് ഒന്നിന്റേയും കുറവ് ഒരിക്കലും അനുഭവപ്പെടില്ല. ധനം കൊടുക്കുമ്പോഴാണ് നല്ലതാകുന്നത്, ഉപയോഗപ്രദമാകുന്നത്. സമ്പാദിച്ചുവെക്കുമ്പോളല്ല! മേഘങ്ങളുടെ സ്ഥാനം ഉയർന്നതും, സമുദ്രങ്ങളുടെ സ്ഥാനം താഴ്ന്നതും ആണല്ലോ! അതായത് വെള്ളം ദാനം ചെയ്യുന്ന മേഘങ്ങൾ ഉയർന്ന സ്ഥാനത്തിരിക്കുന്നത് അവ രുടെ സത്കർമ്മഫലമാണ് എന്നർത്ഥം. “സർവ്വശക്തനായ ഈശ്വരാ, നിങ്ങളുടെ ഹൃദയത്തിൽ പ്രകാശവും, മുഖത്ത് തെളി ച്ചവും, ഭക്ഷണത്തിൽ വിശാലതയും നിന്റെ അടിമകളിൽ നിങ്ങ ളോട് നിറഞ്ഞസ്നേഹവും വർദ്ധിപ്പിക്കേണമേ, ഞങ്ങൾക്കും ഞങ്ങ ളുടെ മാതാപിതാക്കൾക്കും ഞങ്ങളെ സ്നേഹിക്കുന്നവർക്കും നീ പൊറുത്തുകൊടുക്കേണമേ” എന്ന് പ്രാർത്ഥിക്കട്ടെ. കൊടുക്കുന്ന വന്റെ ഭാണ്ഡം എന്നും നിറഞ്ഞതന്നെയിരിക്കും. നിന്റെ മനസ്സിന്റെ കരുത്ത് നീ നന്നാക്കിയാൽ നിന്റെ അവസ്ഥകളെ ഈശ്വരൻ നന്നാ ക്കിത്തരും. മറ്റൊരാൾക്ക് നീ നന്മയെ ഉദ്ദേശിച്ചാൽ നീ അറിയാതെ തന്നെ പല ഭാഗങ്ങളിലൂടെയും നിന്റെ ഭാഗത്ത് എല്ലാ നന്മകളും ഒഴുകിയെത്തുമെന്ന് ഓർക്കുക.

മനസ്സിൽ പ്രതീക്ഷയുടെ തിരിതെളിയിക്കണം, അല്ലെങ്കിൽ നിരാശയുടെ ഇരുട്ടുകയറും. അപ്പോൾ മുന്നിലുള്ളവയോ, ജീവിത സൗന്ദര്യമോ തിരിച്ചറിയാനാകില്ല. നമ്മളെ അഗാധമായി സ്നേഹി

ക്കുന്ന, ആഴത്തിൽ സ്നേഹിക്കുന്നൊരാൾ ഉണ്ടായാൽമതി. ഏതു വിഷമഘട്ടത്തിലും നമ്മൾ പിടിച്ചുനിൽക്കും. ഒരുപാടുപേരൊന്നും വേണമെന്നില്ല ഒരൊറ്റയാൾ മതി. ആ ആളുടെ സ്നേഹം, വിശ്വാസം, ഏത് തരം വീഴ്ചയിൽ നിന്നും പിടിച്ചുകയറാനായിട്ട് അതുമതി. നമ്മൾ തളരാതിരിക്കാൻ ആ ആൾ നിങ്ങളാകാൻ തയ്യാറായിരിക്കുക. കണ്ണുനിറയുമ്പോൾ ഉണ്ടാകുന്ന വേദന അറിയുന്നവർക്ക് മുന്നിൽമാത്രം കരയുക, മനസ്സറിഞ്ഞ് നമുക്ക് വേണ്ടി പ്രാർത്ഥിക്കുന്നവരോട് മാത്രം പ്രാർത്ഥിക്കാൻ പറയുക, ബന്ധങ്ങളുടെ വിലയറിയുന്നവരുമായി മാത്രം ബന്ധങ്ങൾ നിലനിർത്തുക, നിലപാടുകളിൽ സുതാര്യതയും പെരുമാറ്റങ്ങളിൽ പരിശുദ്ധിയും കാത്തുസൂക്ഷിക്കുക, രഹസ്യങ്ങൾ പരസ്യമാക്കാതെ പരിരക്ഷിക്കുക എന്നിവ വിശ്വാസീസഹോദരങ്ങൾക്കിടയിലെ മികച്ച സ്നേഹത്തിന്റേയും ചന്തമാർന്ന ബന്ധത്തിന്റേയും മകുടോദാഹരണങ്ങളാണ്.

പാമ്പിന് അതിന്റെ പല്ലിലാണ് വിഷം. തേളിന് വിഷം അതിന്റെ വാലിലും. എന്നാൽ മനുഷ്യനിൽ വിഷം ചിലരുടെ മനസ്സിലും ചിലർക്കത് അവരുടെ നാവിലും ആണ് എന്നറിയുക. ഹൃദയത്തിൽ ഊഷ്മളവും പ്രത്യാശാജനകവുമായ നന്മകൾ നിറച്ച് മനസ്സുകൾ വിശാലമാക്കണം. ജീവിതവിജയത്തിന് ലക്ഷ്യംവേണം, അതോടൊപ്പം സർഗ്ഗശേഷിയും അച്ചടക്കവും എന്തിനേയും നിർഭയമായി സമീപിക്കാനുള്ള കഴിവും ആത്മാഭിമാനവും ഉണ്ടാവണം. മറ്റുള്ളവരുമായി താരതമ്യം ചെയ്ത് നമുക്ക് ജീവിതം കെട്ടിപ്പടുക്കാനാകില്ല. മറ്റൊരാളുമായി താരതമ്യം ചെയ്താവരുത് നമ്മുടെ വിജയം ഒരിക്കലും അളക്കേണ്ടത് എന്നോർമ്മവേണം. സ്വന്തംകഴിവിൽ വിശ്വാസവുമുണ്ടെങ്കിൽ മുന്നോട്ടുള്ള യാത്ര കുറെയേറെ എളുപ്പമാകും. ചുറ്റും അവസരങ്ങൾ ഏറെയുണ്ട്, അത് കണ്ടറിയാനുള്ള ശേഷിയുണ്ടാകണം എല്ലാവർക്കും, അതാണ് സർഗാത്മകചിന്ത! സർവ്വശക്തനായ ദൈവം നമ്മുടെ നിസ്വാർത്ഥ പരിശ്രമങ്ങളിൽ വിജയം നൽകട്ടെ! ലോകത്താകമാനം സമാധാന അന്തരീക്ഷം നിലനിർത്തി അനുഗ്രഹിക്കട്ടെ എന്നുപറയുന്നതാകും ശരി.

മാതാപിതാക്കൾ ജീവിച്ചിരിക്കുന്ന കാലമാണ് ഓരോ മക്കളുടേയും നല്ലകാലം. ശേഷം ചിന്ത്യം! നമ്മുടെ ജീവിതം വിധിപോലെ വന്നുചേരുന്നതാകരുത്, അത് നാം സ്വയം തീരുമാനിച്ച് നടപ്പിൽ വരുത്തുന്നതാകണം. നടന്നവഴികളെക്കുറിച്ചുള്ള പശ്ചാത്താപം എത്ര നേരത്തെ ഉണ്ടാകുന്നുവോ, അത്രയും നേരത്തേ

നടക്കാനുള്ള വഴികളിൽ വെളിച്ചം ലഭിക്കും. അറിഞ്ഞോ അറിയാതെയോ പിന്തുടരുന്ന പാതകളും രൂപപ്പെടുത്തുന്ന പദ്ധതികളുമാണ് നമ്മുടെ ദിനങ്ങൾ രൂപപ്പെടുത്തുന്നതും, ലക്ഷ്യങ്ങളെ ക്രമീകരിക്കുന്നതും. ഏത് പരിസരത്ത് ജീവിക്കുന്നു, എന്തിനോട് ആഭിമുഖ്യം പുലർത്തുന്നു, എന്തിന്റെ പിറകെ സഞ്ചരിക്കുന്നു തുടങ്ങിയ അടിസ്ഥാന കാര്യങ്ങൾക്കുള്ളിൽനിന്നാണ് ജീവിതത്തിന്റെ നടപ്പാതകൾ രൂപംകൊള്ളുന്നത്. മറ്റുള്ളവരുടെ നിർബന്ധങ്ങളിലൂടെ സഞ്ചരിച്ചു എന്നത് വെറും ന്യായീകരണം മാത്രമാണ്. കാര്യക്ഷമതയുടെ ശക്തിയായ കഠിനാദ്ധ്വാനത്തെ എപ്പോഴും ഒപ്പം കരുതണം. സ്വയമറിഞ്ഞ നമ്മുടെ സ്വപ്നത്തെ സാക്ഷാത്ക്കരിക്കുവാൻ അതാണ് ആവശ്യം. ഇന്നലെകളിൽനിന്ന് അനുദിനം കൂടുതൽ മെച്ചപ്പെടുവാനുള്ള പ്രയത്നം, നമ്മുടെ ജീവിതസാഹചര്യങ്ങളെ മെച്ചപ്പെടുത്തുവാനുള്ള പോരാട്ടങ്ങൾ ഇതെല്ലാം നമ്മുടെ പ്രവർത്തന പുരോഗതിക്ക് ആക്കം കൂട്ടുന്നു.

നമ്മുടെ കർമ്മമേഖല ഏതുതന്നെയെങ്കിലും മത്സരാധിഷ്ഠിതമായ ലക്ഷ്യങ്ങളിൽ ഒന്നാമതെത്തുവാൻ കൂടുതൽ അഭിനിവേശം നിറഞ്ഞ, ഏകാഗ്രതയുള്ള, ഉന്മേഷഭരിതമായ കാര്യക്ഷമത ആവശ്യമാണ്. ശരാശരിക്കാരിൽ നിന്ന് മഹാപ്രതിഭകളിലേയ്ക്കുള്ള അകലം കഠിനാധ്വാനത്തിലൂടെ ഇല്ലാതാക്കാം. ശരിയായ വഴികൾ കണ്ടെത്തി പരിശ്രമിക്കുക, വിജയം സാധ്യമാണ്! ചില പ്രതീക്ഷകൾ, ആഗ്രഹങ്ങൾ ചിലപ്പോൾ നമ്മൾ വിചാരിക്കുംപോലെ അതിന്റെ സമയത്തുതന്നെ നടക്കണമെന്നില്ല. ഒന്നുകിൽ നേരത്തെയോ അല്ലെങ്കിൽ വൈകിയോ നടന്നേക്കാം. ചിലപ്പോൾ നടക്കാതിരിക്കുകയും ചെയ്യാം. എന്ത് തന്നെയായാലും എന്തും അതിന്റേതായ സമയത്തുതന്നെ നടക്കും. ആ സമയമാണ് അതിനുവേണ്ടി പടച്ചവൻ നിശ്ചയിച്ചതെന്ന ഉറച്ചവിശ്വാസം നമ്മിലുണ്ടാകണം, അത് ഈമാനിന്റെ ഭാഗമാണ്.

പ്രതിസന്ധികൾ നേരിടുമ്പോഴാണ് നാം ഓരോരുത്തരും കരുത്തരാകുന്നത്. ക്ഷമയെന്ന ആയുധംകൊണ്ട് പ്രയാസങ്ങളെ നേരിടുമ്പോൾ മനസ്സിന് ഉറപ്പ് ലഭിക്കുന്നു. പിന്നീടുള്ള പ്രയാസങ്ങളിൽ തളരാതിരിക്കാനുള്ള കരുത്ത് മനസ്സിന് നൽകുന്നതും ഈ ആയുധമുണ്ടെന്ന ധൈര്യമാണ്. ഏതു സങ്കൽപ്പത്തിലും അവനെ, സർവ്വശക്തനായ ദൈവത്തെ പ്രേമിച്ചുകൊള്ളുക. അച്ഛനായി അമ്മയായി, കാന്തനായി, ഗുരുവായി, സഖിയായി, ദൈവമായി, ഉണ്ണി

യായി, ബാലനായി, സർപ്പമായി, മലദൈവമായി, ഭൂതമായി, രക്ഷസ്സായി, ഏതുമാർഗത്തിലും നീങ്ങിക്കൊള്ളുക! ദൂരത്തിന്റെ വ്യത്യാസമേയുള്ളൂ, അച്ഛനെന്നുകരുതി വിളിച്ചാൽ അച്ഛനെപ്പോലെ പ്രതികരിക്കും, അമ്മയെന്ന് സങ്കൽപ്പിച്ച് വിളിച്ചാൽ അമ്മയായി പ്രേമം തരും. ഉണ്ണിയെന്നു വിളിച്ചാൽ ഉണ്ണിയായി വിളയാടും, ഭൂതമെന്ന് ആവാഹിച്ചാൽ ഭൂതമായി തുള്ളും.

"പാർഥിവ", കല്ലിലും സങ്കല്പംപോലെ അനുഭവം തരും. അതിനാൽ ഏറ്റവും ശ്രേഷ്ഠമായ സങ്കല്പത്തിൽ നിറയുക, സദ്ഗുരുഭാവത്തിൽ ശരണമാളുക. എല്ലാത്തിന്റെയും അവനിലേക്കുള്ള ദൂരം കുറയ്ക്കുക.

പരസുഖം ഒരിക്കലും നമ്മെ ദുഃഖിപ്പിക്കരുത്. പ്രാർത്ഥനയുടെ ശക്തി അചഞ്ചലമാണ്. എല്ലാം തീർന്നെന്നും നഷ്ടമായെന്നും വിചാരിക്കുമ്പോഴും, നാമറിയാതെ പ്രാർത്ഥന നമ്മെ പുതിയ പോംവഴികളിലേക്ക് നയിക്കുന്നു.

പ്രാർത്ഥനയുടെ ഉള്ളടക്കവും ആലങ്കാരികതയും മെച്ചപ്പെടുത്തുന്നതിനേക്കാൾ ശ്രദ്ധ, പ്രവൃത്തികളുടെ ഉദ്ദേശ്യശുദ്ധിയും കാര്യക്ഷമതയും ഉറപ്പാക്കുന്നതിൽ ഉണ്ടാകണമെന്നും, കർമ്മം വിശുദ്ധമായാൽ പ്രാർത്ഥന ശ്രേഷ്ഠമാകും എന്നുമാണ് ചൊല്ല്.

നിങ്ങളിൽ നല്ലൊരു ഹൃദയമുണ്ടെങ്കിൽ നാട്ടുകാരുടെ ഹൃദയങ്ങളിൽ നിങ്ങളുണ്ടാകും എന്നോർക്കുക. ലോകമെമ്പാടും തന്റെ തൊലിപ്പുറത്തെ മഹിമയിൽ അഹങ്കരിച്ചു നടക്കുമ്പോൾ ഓർക്കുക, കാൽച്ചുവട്ടിലെ മണ്ണ് നമ്മുടെ ശരീരത്തെ വാരിപ്പുണരാൻ കൊതിയോടെ കാത്തിരിപ്പാണ്. അജ്ഞത അറിവിലൂടെ പരിഹരിക്കാം, എന്നാൽ അഹങ്കാരത്തിന് അനുഭവത്തിലൂടെ മാത്രമേ പരിഹാരമുണ്ടാകു. സത്യം അമ്മയും, പിതാവ് ജ്ഞാനവും, ധർമ്മം സഹോദരനും, ദയ സഹോദരിയും, ശാന്തി ഭാര്യയും, ക്ഷമ പുത്രനുമാണ് ഈ ആറുപേരാണ് എന്റെയും നിങ്ങളുടേയും ബന്ധുക്കൾ.

ഒരു മഠയൻ തന്റെ കാമുകിയോട് പറയും, ഞാൻ നിന്നെ മനസ്സിലാക്കിയെന്ന്. ശരിയായ മഠയൻ അത് തെളിയിക്കാൻ ശ്രമിക്കും. പരസ്പരം മനസ്സിലാക്കാൻ കഴിവില്ലാത്തവർക്കിടയിൽ ആദ്യം തോറ്റുപോകുന്നതെപ്പോഴും സ്നേഹമാണ്. മനസ്സിലാക്കുക എന്നത് പരസ്പരം കണ്ടെത്തി അറിയുക എന്നതാണ്. ഏത് ബന്ധത്തേയും ഊഷ്മളമാക്കുന്നത് പരസ്പരം മനസ്സിലാക്കി ജീവിക്കുമ്പോഴാണ്. എന്നാൽ അറിവ് നേടുന്നതിനെക്കാൾ പ്രയാസകരമാണ്

ഒരാളെ മനസ്സിലാക്കുക എന്നത്. ഏറെ ബുദ്ധിയുള്ള കാര്യവും, ബുദ്ധിമുട്ടേറിയകാര്യവും ഇതുതന്നെയാണ്. ചിലരെ മനസ്സിലാക്കാൻ ഒരു നിമിഷം മതി, ചിലരെ ഒരുയുഗംകൊണ്ടുപോലും മനസ്സിലാക്കാൻ കഴിയുകയുമില്ല. വേണ്ടതെപ്പോഴും നമ്മുടെ കുറവുകളറിഞ്ഞ് നമ്മെത്തന്നെ മനസ്സിലാക്കുകയാണ്. എനിക്ക് നിന്നെ മനസ്സിലാക്കാൻ കഴിയും എന്നതാണ്, ബന്ധങ്ങളിലെ ഏറ്റവും മൂല്യമേറിയ വാക്ക്.

നാം ഓരോരുത്തരും പറയുന്ന ഓരോ വാക്കുകളും പ്രവർത്തികളും ഈ ലോകത്തിൽ ചില പ്രതിധ്വനികൾ സൃഷ്ടിച്ചുകൊണ്ടിരിക്കും, അവ നല്ലതായാലും ചീത്തയായാലും! നമ്മുക്കു കിട്ടുന്ന ചിലപുസ്തകങ്ങൾ വായിച്ചാൽ അതിൽ അവ എഴുതിയ ആളുടെ പേരില്ലെങ്കിൽപോലും അവയുടെ സൃഷ്ടികർത്താവിനെ അദ്ദേഹത്തിന്റെ പുസ്തകങ്ങൾ സ്ഥിരം വായിക്കുന്നവർക്ക് മനസ്സിലാക്കാൻ സാധിക്കും. സംഗീതവും, ശിൽപ്പവും എല്ലാം ഇതുപോലെതന്നെയാണ്. ഒന്ന് സൂക്ഷമമായ് നിരീക്ഷിച്ചാൽ അതിലുപയോഗിച്ചിരിക്കുന്ന പദവല്ലരികളുടേയും ശൈലികളുടേയും ഘടന നോക്കി നമുക്ക് അവയുടെ സൃഷ്ടികർത്താവിനെ കണ്ടെത്താം.

അവനവൻ സൃഷ്ടിക്കുന്ന പ്രതിബിംബങ്ങൾക്ക് നടുവിൽ ആണ് ഓരോ ജീവിതവും. സ്വന്തം വാക്കും പ്രവർത്തികളും സൃഷ്ടിക്കുന്ന പ്രതിച്ഛായക്കപ്പുറത്തുവരാൻ ആർക്കും കഴിയില്ല. നന്മകൾ ചെയ്യുന്നവരുടെയും തിന്മകൾ ചെയ്യുന്നവരുടെയും പ്രതിബിംബങ്ങൾ സമൂഹത്തിൽ നിലനിൽക്കുന്നുണ്ടെങ്കിലും തിന്മകൾ ചെയ്യുന്നവരെ നാം അവരുടെ മരണത്തോടെ മറക്കും. നന്മകൾ ചെയ്യുന്നവരുടെ സാന്നിധ്യം അവർ വിടപറഞ്ഞ് നാളുകൾ കഴിഞ്ഞാലും സമൂഹത്തിൽ അലയടിച്ച് കൊണ്ടിരിക്കും. ചുറ്റുമുള്ളവയിൽ എല്ലാം തങ്ങളുടെ ചെയ്തികൾ പ്രതിഫലിക്കും എന്ന തിരിച്ചറിവ് നമ്മുടെ പ്രവർത്തികളെ വിശുദ്ധമാക്കും. ഇടപഴകിയ പരിസരങ്ങളിൽ തങ്ങളുടെ ക്രിയാത്മക പ്രതിരൂപം സൃഷ്ടിക്കാൻ സാധിച്ചിട്ടുള്ളവർ ചരിത്രമായിട്ടുണ്ട്. സ്വന്തം തെറ്റുകൾക്കുമുന്നിൽ നല്ലൊരു വക്കീലായും മറ്റുള്ളവരുടെ തെറ്റുകൾക്കുമുന്നിൽ ജഡ്ജിയായും മാറാൻ കഴിവുള്ളവരാണ് നമ്മളിൽ പലരുമെന്നോർക്കുക. ഒരു താക്കോൽ കൊണ്ട് വാതിൽ തുറക്കുന്നതിനേക്കാൾ വേഗത്തിൽ ഒരു പുഞ്ചിരികൊണ്ട് ഒരു ഹൃദയം തുറക്കാൻ കഴിയും, കഴിയണം! പുഞ്ചിരി സൂക്ഷിച്ചു വയ്ക്കാനുള്ളതല്ല, ജീവിതത്തെ പുഞ്ചിരിയോടെ നേരിടണം. നിനക്ക് പണമുണ്ടാക്കാൻകഴിയുന്ന കാലംവരെമാത്രമെ ബന്ധു

ക്കൾക്ക് നിന്നിൽ താൽപര്യമുണ്ടാകു.

ജീവിതവിജയത്തിൽ കൃത്യനിഷ്ഠക്ക് വളരെ അധികം പ്രാധാന്യമുണ്ട്. ജീവിതത്തിൽ വിജയിച്ച ഭൂരിഭാഗം ആളുകളും സമയത്തിന് വളരെ അധികം പ്രാധാന്യം നൽകിയിട്ടുള്ളവരാണ്. കൃത്യനിഷ്ഠയുടെ വിപരീതം ആണ് അലസത. അലസത ഉള്ളവർ കാര്യങ്ങൾ എല്ലാം പിന്നെ ഒരു സമയത്തേക്ക് മാറ്റിവക്കുന്നു. അവർ ഒരിക്കലും ജീവിതവിജയം നേടുന്നില്ല. ലക്ഷ്യബോധമുള്ളവർ ഒരിക്കലും സമയം നഷ്ടപ്പെടുത്തുകയില്ല. സമയബന്ധമുള്ളവർക്ക് ഒരിക്കലും നഷ്ടബോധം ഉണ്ടാവുകയുമില്ല. കടിഞ്ഞാൺ ഇല്ലാത്ത കുതിരയാണ് സമയം. അത് എപ്പോഴും മുന്നോട്ട് കുതിച്ചു കൊണ്ടിരിക്കുന്നു. ഒരിക്കലും നമുക്ക് തിരിച്ചുലഭിക്കാത്ത ഒന്നാണ് നഷ്ടപ്പെട്ട സമയം. ബാല്യത്തിലെ പ്രസരിപ്പിനെക്കുറിച്ച് യൗവ്വനത്തിലും, യുവത്വത്തിലെ സജ്ജീവതയെക്കുറിച്ച് വാർദ്ധക്യത്തിലും ആലോചിക്കുന്നവർ കഴിഞ്ഞുപോയ സമയം എന്നത് ഒരിക്കലും തിരിച്ചുകിട്ടാത്ത ജീവിതമാണെന്ന് മറക്കാതിരിക്കുക. നിങ്ങൾ ജീവിതത്തെ സ്നേഹിക്കുന്നുവെങ്കിൽ സമയം പാഴാക്കാതിരിക്കുക. ഈ ലോകത്തിലെ ഏറ്റവും മൂല്യമേറിയ ഒന്നാണിത്. നാം ഓരോരുത്തരും പറയുന്ന ഓരോ വാക്കുകളും പ്രവർത്തികളും ഈ ലോകത്തിൽ ചില പ്രതിധ്വനികൾ സൃഷ്ടിച്ചു കൊണ്ടിരിക്കും. അവ നല്ലതായാലും ചീത്തയായാലും കേൾക്കുവാൻ ശ്രമിക്കുക.

നന്മചെയ്യുമ്പോൾ കിട്ടുന്നത് സ്വാഭാവികമായ നൈർമല്യം ആണ്. സ്വാഭാവിക പ്രേരണയാൽ ചെയ്യുന്ന നന്മകളും, ചെയ്ത നന്മകളുടെ ഉദ്ദേശ്യശുദ്ധിയുമാണ് നന്മകളുടെ ശരി തീരുമാനിക്കുന്നത്. ചിലപ്പോൾ അനുകൂല സാഹചര്യങ്ങളിൽ ചെയ്യുന്ന നന്മകളെക്കാൾ അനുകൂലസാഹചര്യം ഉണ്ടായിട്ടും ചെയ്യാതിരുന്ന തിന്മകളും കൂടിയാണ്, ഒരാളുടെ വിശുദ്ധിയുടെ അളവുകോൽ. വിശുദ്ധ സാഹചര്യങ്ങളിൽ ജീവിച്ച്, ആ വിശുദ്ധിയോടൊപ്പം സഞ്ചരിക്കാൻ ആർക്കും കഴിയും. എന്നാൽ തിന്മകളുടെ കൂട്ടത്തിൽ നിന്നിട്ടും വാടാതെ വളരാൻ അസാമാന്യമായ മനോബലം വേണം, ജീവിത വിശുദ്ധിവേണം. ചേറിൽ വളരുന്ന താമരക്ക് പ്രതികൂല സാഹചര്യങ്ങളുടെ ഒട്ടേറെ കഥകൾ പറയാൻ ഉണ്ടാകും. നേർവഴി അറിയാവുന്നവന് ഒരു ഇടവഴിയും പ്രലോഭനമാകരുത്. ശരിയായ നന്മകൾ, അവ എന്നെന്നും നിലനിൽക്കും. കാണാത്തത് കാണാനും കേൾക്കാത്തത് കേൾക്കാനുമുള്ള ആകാംക്ഷ എന്നും മനുഷ്യന് ഉണ്ട്. അക്കരപ്പച്ച തേടൽ എന്ന് ഒരു നാട്ടുപ്രയോഗം ഉണ്ടതിന്.

മുഴുവൻ അറിഞ്ഞ കാര്യങ്ങളോട് ഉള്ളവയെക്കാൾ താൽപര്യം പാതി അറിഞ്ഞതിനോട് ഉണ്ടാകും. എല്ലാ അറിവുകളും സമ്പാദിച്ച് എല്ലാ രഹസ്യങ്ങളും അറിഞ്ഞ് കഴിഞ്ഞാൽ പിന്നെ ജീവിതത്തിന്റെ ആകസ്മികതയെ ഒരിക്കലും ആസ്വദിക്കാനാകില്ല. എല്ലാ രഹസ്യങ്ങളും അറിഞ്ഞശേഷം വീക്ഷിക്കുന്ന ജാലവിദ്യക്കും ക്ലൈമാക്സ് അറിഞ്ഞശേഷം കാണുന്ന സിനിമക്കും എന്ത് രസമാണുണ്ടാവുക? മുഴുവൻ അറിഞ്ഞവർ ഒരിക്കലും പരിപൂർണ്ണരാവണമെന്നില്ല. അറിഞ്ഞവയെ അനുകൂലമായി ഉപയോഗിക്കാനും അറിയാത്തവയെ അവ അർഹിക്കുന്ന ബഹുമാനത്തോടെ സ്വതന്ത്രമായി നിലനിർത്താനും അനുവദിക്കുന്നവരാണ് മഹാമനസ്കർ.

മതിലിനപ്പുറത്തെ കാര്യങ്ങൾ അറിയാനുള്ള ആകാംക്ഷയും ആവേശവും സ്വന്തം സമ്പർക്കമേഖലകളെ പരിചയപ്പെടുന്നതിൽ ഉണ്ടായിരുന്നെങ്കിൽ സംതൃപ്തരായ ആളുകളും പ്രവർത്തന സജ്ജമായ പരിസരങ്ങളും രൂപപ്പെട്ടേനെ. കാണാൻ പറ്റാത്ത കാഴ്ചകളെ കണ്ടെത്തുന്നില്ല എന്നതല്ല, എന്നും കാണുന്ന കാഴ്ചകളെ തിരിച്ചറിയുന്നില്ല എന്നതാണ് അക്കരപ്പച്ചകളുടെ പ്രാധാന്യം.

നാമിരിക്കുന്ന സ്ഥലത്തേക്കാൾ മികച്ചതാണ് അപ്പുറത്തെ സ്ഥലം എന്നതോന്നൽ പലപ്പോഴും പ്രലോഭനം ആണ്. കാണുന്നവയെ തിരസ്കരിക്കാനും കാണാത്തവയെ അഭിലഷിക്കാനുമുള്ള പ്രലോഭനം ആകർഷണീയതയല്ല. ആവശ്യകതയാണ് കാഴ്ചയുടെ കാതൽ. അറിയാനുള്ള ഉത്കൃഷ്ടമായ അഭിവാഞ്ഛയാണ് ജ്ഞാനത്തിന്റെ മൂലധനം. എങ്കിലേ എന്നും വിജ്ഞാനവിഹാരം സാദ്ധ്യമാകു.

"ലോകാ:സമസ്താ: സുഖിനോ ഭവന്തു"

ഈ പ്രപഞ്ചത്തിലുള്ള എല്ലാ പ്രാണികളും സുഖമായിരിക്കട്ടെ!

-ശുഭം-

*****

www.ingramcontent.com/pod-product-compliance
Lightning Source LLC
LaVergne TN
LVHW060152051026
849517LV00007B/2642
9789390999248